ഈശ്വരൻ മാത്രം സാക്ഷി

സത്യൻ അന്തിക്കാട്

അനുഭവം

ഈശ്വരൻ മാത്രം സാക്ഷി

സത്യൻ അന്തിക്കാട്

ഗ്രീൻ ബുക്സ്

green books private limited
gb building, civil lane road, ayyanthole,
thrissur- 680 003, kerala, ph: +91 487-2381066, 2381039
website: www.greenbooksindia.com
e-mail: info@greenbooksindia.com

malayalam
eeswaran mathram sakshi
experience
sathyan anthikadu

first published january 2018

cover sathyan anthikadu photo : jayaprakash payyannur
cover design : rajesh chalode

branches:
thrissur 0487-2422515
palakkad 0491-2546162
kannur 0497-2763038
thiruvananthapuram 0471-2335301

isbn : 978-93-87331-43-3

GBPL/988/2018

മുഖക്കുറി

വർഷങ്ങൾക്കു മുൻപ് സിനിമ എന്ന സ്വപ്നവുമായി മദ്രാസ് നഗരത്തിൽ വന്നിറങ്ങിയ ഒരു ചെറുപ്പക്കാരൻ, വിശകലനം ചെയ്യാനാകാത്തവിധം കണിശമായ ഒരു ഭാഗ്യജാതകത്തിന്റെ ഉടമയായി ഇന്ന് ചലച്ചിത്രലോകം നിറഞ്ഞുനിൽക്കുകയാണ്. 'ഈശ്വരൻ മാത്രം സാക്ഷി' എന്ന ഈ പുസ്തകം കളവ് പറയാനറിയാത്ത മനസ്സിന്റെ വിശുദ്ധ സാക്ഷ്യങ്ങളാണ്. നർമ്മത്തിൽ പൊതിഞ്ഞ സിനിമാനുഭവങ്ങളും സൗഹൃദത്തിന്റെ, സ്നേഹത്തിന്റെ ഓർമ്മച്ചെപ്പുകളും ഉൾച്ചിരിയുടെ നിഷ്കളങ്കതയോടെ പങ്കുവയ്ക്കുന്നു.

കൃഷ്ണദാസ്
മാനേജിങ് എഡിറ്റർ

ആമുഖം

‘അപ്പുണ്ണി’ എന്ന സിനിമയ്ക്കുവേണ്ടി വി.കെ.എൻ. എഴുതിയ ഒരു സീൻ ഓർമ്മ വരുന്നു. ഒടുവിൽ ഉണ്ണികൃഷ്ണനും മോഹൻലാലും തമ്മിലുള്ള സംഭാഷണമാണ് രംഗം. സിനിമയിൽ കുറുപ്പുമാഷും മേനോൻമാഷും.

മോഹൻലാൽ അവതരിപ്പിക്കുന്ന മേനോൻമാഷ്, അയ്യപ്പൻ നായർ എന്ന ചായക്കടക്കാരന്റെ മകൾ അമ്മുവുമായി പ്രണയ ത്തിലാണ് എന്നറിഞ്ഞ് അതിനെപ്പറ്റി അന്വേഷിക്കുകയാണ് ഒടു വിലിന്റെ കുറുപ്പുമാഷ്.

“അല്ല മാഷേ, പഠിപ്പിക്കലല്ലേ തന്റെ പണി?”

“അതെ.”

“അയ്യപ്പൻനായർ മകൾ അമ്മു എന്ന പാഠവും തനിക്ക് പഠിപ്പി ക്കാനുണ്ടോ?”

“അപ്പൊ ഇതൊരു തുറന്ന രഹസ്യമായോ?”

“ഗോളാന്തര വാർത്ത എന്നുതന്നെ പറയാം.” (തികച്ചും ഒരു വി.കെ.എൻ. സ്റ്റൈൽ)

ഈ പുസ്തകത്തിന് ആമുഖം എഴുതാനിരുന്നപ്പോൾ കുസൃതി ച്ചിരിയോടെ വി.കെ.എൻ. ചോദിക്കുന്നതുപോലെ തോന്നി-

“സംവിധാനമല്ലേ തന്റെ പണി?”

“അതെ.”

“സിനിമയ്ക്ക് പുറത്തുള്ള എഴുത്തും സംവിധായകന്റെ പണി യിൽ പെട്ടതാണോ?”

“അടിയൻ - എഴുതിപ്പോയതാണ്” എന്ന മറുപടിയേ മഹാഗുരു വിനോടു പറയാനുള്ളൂ. സത്യം പറഞ്ഞാൽ എഴുത്ത് ഒരു

മോഹത്തിന്റെ സാക്ഷാത്കാരമാണ്. സിനിമ മനസ്സിൽ വിടരുന്നതിനു മുമ്പ് എഴുത്തുകാരനാകണം എന്നായിരുന്നു മോഹം.

അന്തിക്കാട് ഹൈസ്കൂളിൽ എട്ടാം ക്ലാസ്സിൽ പഠിക്കുമ്പോൾ മുതൽ - കഥയെന്നോ കവിതയെന്നോ വിളിക്കാൻ പറ്റില്ലെങ്കിലും - ചിലതൊക്കെ എഴുതിത്തുടങ്ങി. കുഞ്ഞുണ്ണി മാഷെ പരിചയപ്പെട്ടപ്പോൾ പിന്നെ എഴുതുന്നതൊക്കെ മാഷിന് അയയ്ക്കും. മാതൃഭൂമി ബാലപംക്തിയിലെ കുട്ടേട്ടൻ അന്ന് കുഞ്ഞുണ്ണി മാഷാണ്. അപൂർവ്വമായി ചിലതൊക്കെ അച്ചടിച്ചു വരും. ബാക്കി പലതും തിരുത്തലുകളോടെ തിരിച്ചയയ്ക്കും. അവ കുറച്ചു പൊടിപ്പും തൊങ്ങലും ചേർത്ത് മാറ്റിയെഴുതി മറ്റു പ്രസിദ്ധീകരണങ്ങൾക്കയയ്ക്കും.

എഴുതുന്നത് ഞാൻ തന്നെയാണെന്ന് കൂട്ടുകാരെ ബോദ്ധ്യപ്പെടുത്താനാണ് 'അന്തിക്കാട്' എന്ന സ്ഥലപ്പേര് പേരിന്റെ കൂടെ വെച്ചു തുടങ്ങിയത്. സ്ക്രീനിൽ പേരു തെളിയുമ്പോൾ ഇപ്പോഴും അതൊക്കെ ഓർമ്മ വരാറുണ്ട്. അടുക്കും ചിട്ടയുമില്ലാത്ത ചില ചിന്തകളാണ് ഈ പുസ്തകത്തിലെ ലേഖനങ്ങളായി രൂപപ്പെട്ടിട്ടുള്ളത്. അതിൽ സിനിമയും ജീവിതവുമുണ്ട്. അനുഭവവും സങ്കല്പവുമുണ്ട്. മാതൃഭൂമി പത്രത്തിലും ആഴ്ചപ്പതിപ്പിലും ഗൃഹലക്ഷ്മിയിലുമൊക്കെ പ്രസിദ്ധീകരിച്ചതാണ് പലതും.

എന്റെ സിനിമകൾ കാണുന്നവർക്ക് അതിന്റെ ഒരു തുടർച്ചയായേ ഈ ലേഖനങ്ങളെ കാണാൻ കഴിയൂ. അതുതന്നെയാണ് ഞാനാഗ്രഹിക്കുന്നതും.

സത്യൻ അന്തിക്കാട്

ഉള്ളടക്കം

ഈശ്വരൻ
മാത്രം സാക്ഷി

ജീവിതം ഒരു മഹാദ്ഭുതമാണ്. തീരെ പ്രതീക്ഷിക്കാത്ത ചില അനുഭവങ്ങൾകൊണ്ട് അത് നമ്മളെ വിസ്മയിപ്പിക്കും. പിന്നീട് ഓർക്കുമ്പോൾ സംഭവിച്ചത് സത്യംതന്നെയായിരുന്നോ എന്ന് നമുക്കുപോലും സംശയം തോന്നും. അത്തരം അവിശ്വസനീയമായ മുഹൂർത്തങ്ങളിലാണ് മൂന്നാമതൊരാളുടെ സാന്നിധ്യംകൂടി ഉണ്ടായിരുന്നെങ്കിൽ എന്ന് ആഗ്രഹിച്ചുപോകുന്നത്.

എന്റെ ജീവിതത്തിൽ അത്തരം ചില സന്ദർഭങ്ങൾ ഉണ്ടായിട്ടുണ്ട്. സാക്ഷിയാകാൻ ആരെങ്കിലുമൊരാൾ ഉണ്ടായിരുന്നെങ്കിൽ എന്ന് കൊതിച്ചുപോയിട്ടുണ്ട്.

ആദ്യത്തേത് എന്റെ പത്തൊമ്പതാം വയസ്സിലാണ്. സിനിമ എന്ന മോഹം മനസ്സിൽ ജ്വലിച്ചുതുടങ്ങിയ കാലം. ഡോക്ടർ ബാലകൃഷ്ണന്റെ 'രേഖാ സിനി ആർട്സ്' എന്ന നിർമാണകമ്പനിയിൽ സംവിധാനം പഠിക്കാൻ ചേർന്ന ആറുപേരിൽ ആറാമനായിരുന്നു ഞാൻ.

മദ്രാസ് എന്ന പരിചയമില്ലാത്ത നഗരം. പരിചയമില്ലാത്ത ആളുകൾ. പരിചയമില്ലാത്ത ഭാഷ!

ഹരിഹരൻ സംവിധാനംചെയ്ത 'കോളേജ് ഗേൾ' എന്ന സിനിമ നിർമിക്കുന്നത് രേഖാ സിനി ആർട്സ് ആണ്. ഷൂട്ടിങ്ങിനു മുൻപുതന്നെ അത്യാവശ്യം കാര്യങ്ങൾ ഡോക്ടർ ബാലകൃഷ്ണൻ പഠിപ്പിച്ചിട്ടുണ്ടായിരുന്നു. മുഖ്യ സംവിധാന സഹായി പി. ചന്ദ്രകുമാറാണ്. ധാരാളം സിനിമകളിൽ പ്രവർത്തിച്ച പരിചയമുണ്ടായിരുന്നു, ചന്ദ്രകുമാറിന്. ചന്ദ്രകുമാറിനെ സഹായിക്കുകയാണ് ഞങ്ങളുടെ ജോലി. വാസ്തവത്തിൽ അറിവില്ലായ്മകൊണ്ട് ചന്ദ്രന്റെ ജോലി വർധിപ്പിക്കുകയാണ് ഞങ്ങളന്ന് ചെയ്തത്. എങ്കിലും ക്ഷമാപൂർവം ഓരോ കാര്യവും ചന്ദ്രൻ വിസ്തരിച്ച് പറഞ്ഞുതന്നു. ആദ്യദിവസത്തെ ഷൂട്ടിങ് അരുണാചലം

സ്റ്റുഡിയോവിലാണ്. അന്നൊക്കെ മിക്കവാറും ഷൂട്ടിങ്, സ്റ്റുഡിയോ സെറ്റുകളിൽ തന്നെയായിരുന്നു. അത്യാവശ്യത്തിനു മാത്രമേ ഔട്ട്ഡോറിൽ പോകൂ. പ്രേംനസീറും അടൂർഭാസിയും ജോസ്പ്രകാശും ശങ്കരാടിയുമൊക്കെയാണ് താരങ്ങൾ. അവരെയൊക്കെ വെള്ളിത്തിരയിലേ കണ്ടിട്ടുള്ളൂ.

സ്റ്റുഡിയോയിൽ വളരെ നേരത്തേ തന്നെയെത്തി. ചന്ദ്രകുമാർ പരിചയസമ്പന്നനായതുകൊണ്ട് എല്ലാ കാര്യങ്ങളും കൃത്യമായി ക്രമീകരിക്കുന്നുണ്ട്. ഹരിഹരൻ വന്ന് ക്യാമറാമാൻ കൃഷ്ണൻകുട്ടിയുമായി സീൻ ചർച്ചചെയ്തു. എടുക്കാനുള്ള ഷോട്ട് തീരുമാനിച്ചു. ലൈറ്റിങ് തുടങ്ങി.

"നസീർ സാറിനെ വിളിച്ചോളൂ."

ഹരിഹരൻ പറഞ്ഞു. ചന്ദ്രൻ അത് വളരെ പെട്ടെന്നുതന്നെ എന്നിലേക്ക് പാസ്ചെയ്തു. "മേക്കപ്പ്റൂമിൽ ചെന്ന് നസീർസാറിനോട് ഷോട്ട് റെഡിയാണെന്ന് പറയൂ."

ഞാനൊന്ന് പകച്ചു.

പ്രേംനസീറിനെ അതുവരെ കണ്ടിട്ടില്ല.

അന്തിക്കാട് ഹൈസ്കൂളിലേക്ക് പോകുന്ന വഴിയാണ് 'ആരാധന' എന്ന ഓല മേഞ്ഞ തിയേറ്റർ. സ്കൂൾ വിട്ട് വരുമ്പോൾ ഞങ്ങൾ കുറച്ചു കുട്ടികൾ തിയേറ്ററിന്റെ മുന്നിൽ കൂട്ടംകൂടി നിൽക്കും. അകത്തുനിന്ന് മാറ്റിനി ഷോയുടെ സംഭാഷണങ്ങൾ കേൾക്കാം. പ്രേംനസീറിന്റെ ശബ്ദമാണ് ഏറ്റവും കൂടുതൽ കേൾക്കാറുള്ളത്.

"എന്താ നോക്കിനിൽക്കുന്നത്? പോയി നസീർസാറിനെ വിളിച്ചുകൊണ്ടുവരൂ."

ചന്ദ്രൻ അല്പം ശാസനയോടെ പറഞ്ഞപ്പോൾ ഞാൻ മേക്കപ്പ്റൂമിലേക്കോടി.

ഷൂട്ടിങ് നടക്കുന്ന ഫ്ളോറിൽനിന്ന് അല്പം നടന്നാലാണ് മേക്കപ്പ് ചെയ്യുന്ന ഇരുനിലകെട്ടിടത്തിൽ എത്തുക.

റൂമിനകത്ത് കയറിയപ്പോൾ നിറയെ പ്രകാശമുള്ള ബൾബുകൾ ഘടിപ്പിച്ച കണ്ണാടിക്കു മുന്നിലെ കസേരയിൽ ചാരിയിരിക്കുന്നു സാക്ഷാൽ പ്രേംനസീർ. മേക്കപ്പിന്റെ അവസാന മിനുക്കുപണിയിലാണ്.

"ഷോട്ട് റെഡിയായോ?"

അദ്ദേഹം സൗമ്യമായി ചോദിച്ചു. 'ആരാധന' തിയേറ്ററിന്റെ മുന്നിൽ നിൽക്കുമ്പോൾ അകത്തുനിന്ന് മുഴങ്ങിക്കേൾക്കാറുള്ള അതേ ശബ്ദം തന്നെ-

"അമ്മേ- അമ്മയുടെ മകൻ തിരിച്ചുവന്നു അമ്മേ."

എത്രയോ തവണ എത്രയോ ഭാവത്തിൽ ആ ശബ്ദം ഞാൻ കേട്ടിരിക്കുന്നു.

"ഷോട്ട് റെഡിയായി" എന്ന് ഞാൻ പറഞ്ഞൊപ്പിച്ചു.

എഴുന്നേറ്റ് മുടി ഒരിക്കൽകൂടി ചീകി അദ്ദേഹം പുറത്തുവന്നു. പിറകിൽ ഞാനും. തണുത്ത കാറ്റിനോടൊപ്പം ചെറിയൊരു മഴ പെയ്യാൻ തുടങ്ങിയിരിക്കുന്നു.

"ഇന്ന് ഏത് സീനാണ് എടുക്കുന്നത്?"

ചോദ്യം എന്നോടാണ്.

സീൻ ഏതാണെന്നൊന്നും എനിക്ക് മനസ്സിലായിട്ടില്ല. അറിയാവുന്ന വിവരംവെച്ച് പറഞ്ഞു-

"ജോസ്പ്രകാശ്സാറിന്റെ കൂടെയുള്ളതാണ്."

"ഓ - ആ സൈക്കിൾ ഫൈറ്റിനു മുമ്പുള്ളത്. ഓക്കെ ഓക്കെ."

കഥ മുഴുവൻ അദ്ദേഹത്തിനറിയാം. മേക്കപ്പ്മാൻ നിവർത്തിക്കൊടുത്ത കുട വാങ്ങി അദ്ദേഹം നടക്കാൻ തുടങ്ങി. മഴ കാര്യമാക്കാതെ ഓടാനൊരുങ്ങിയ എന്നെ പെട്ടെന്നദ്ദേഹം പിടിച്ചുനിർത്തി-

"മഴ കൊള്ളണ്ട."

അദ്ദേഹം തന്റെ കുടയിലേക്കെന്നെ ചേർത്തുനിർത്തി. അനേകം സിനിമകളിൽ ഞാൻ കണ്ടിട്ടുള്ള പ്രേംനസീറിന്റെ കൈ എന്റെ തോളിലാണ്...

ഷൂട്ടിങ് നടക്കുന്ന ഫ്ളോറു വരെയുള്ള സ്വപ്നതുല്യമായ ആ നടത്തം കാണാൻ മൂന്നാമതൊരാൾ ഇല്ലാതെപോയല്ലോ എന്ന് ഞാൻ സങ്കടപ്പെട്ടു.

രണ്ടാമത്തെ അനുഭവം കുറെക്കൂടി കഴിഞ്ഞിട്ടാണ്. 'അച്ചുവിന്റെ അമ്മ'യുടെ വിജയാഘോഷവേള. നൂറാം ദിവസം അല്പം വ്യത്യസ്തമായി ആഘോഷിക്കാൻ ഞാനും നിർമാതാവ് പി.വി. ഗംഗാധരനും തീരുമാനിച്ചു. കോഴിക്കോട് മാങ്കാവിലാണ് അച്ചുവും അമ്മയും (മീരാ ജാസ്മിനും ഉർവശിയും) താമസിക്കുന്ന വീട് ഷൂട്ട്ചെയ്തത്. ആ വീട്ടുമുറ്റത്ത് ഒരു പന്തലിട്ട് സിനിമയുമായി സഹകരിച്ചവരുടെ മാത്രം ഒരു ഒത്തുചേരൽ! ഉച്ചയ്ക്ക് വിഭവസമൃദ്ധമായ സദ്യ. പ്രസംഗവും പാട്ടും കൂത്തുമൊന്നുമില്ലാതെ ലളിതമായ ഒരു കൂട്ടുകൂടൽ. അതാണ് പ്ലാൻ. താരങ്ങൾ എന്നു പറഞ്ഞാൽ അധികംപേരൊന്നും ആ ചിത്രത്തിലില്ല. ഉള്ളവരെല്ലാം വരാമെന്നേറ്റു. ഇളയരാജയാണ് സംഗീതസംവിധായകൻ. കമലഹാസന്റെയും രജനീകാന്തിന്റെയുമടക്കമുള്ള സിനിമകളുടെ ആഘോഷങ്ങളിൽ ഇളയരാജയെ കണ്ടിട്ടില്ല. പൊതുവെ അവാർഡ് നിശകളിൽപോലും അദ്ദേഹം പങ്കെടുക്കാറില്ല. ആ ധൈര്യത്തിൽ ഞാൻ അദ്ദേഹത്തിനെ വിളിച്ചുപറഞ്ഞു-

"വ്യത്യസ്തമായ ഒരു പരിപാടിയാണ്, വളരെ ചെറിയ തോതിൽ മാത്രം. സാർ കൂടെയുണ്ടായാൽകൊള്ളാമെന്ന് ആഗ്രഹമുണ്ടെങ്കിലും

നിർബന്ധിച്ച് ബുദ്ധിമുട്ടിക്കുന്നില്ല."എന്നെ അദ്ഭുതപ്പെടുത്തിക്കൊണ്ട ദ്ദേഹം പറഞ്ഞു-

"ഞാൻ വരും."

വീട്ടുമുറ്റത്തെ പന്തലിൽവെച്ചുള്ള ചെറിയ പരിപാടി എന്ന ആശയ മാണ് അദ്ദേഹത്തെ ആകർഷിച്ചത്. മറിച്ച് ഒരു സ്റ്റാർ ഹോട്ടലിന്റെ നിറപ്പ കിട്ടാർന്ന വേദിയാണെങ്കിൽ തിരിഞ്ഞുനോക്കില്ലായിരുന്നു.

ചെന്നൈയിൽനിന്ന് രാവിലെ ഫ്ളൈറ്റ് ഇല്ല. അതുകൊണ്ട് തലേ ദിവസം വൈകുന്നേരംതന്നെ അദ്ദേഹം കോഴിക്കോട്ടെത്തി. ഞാനല്ലാതെ മറ്റൊരാളുമായി അദ്ദേഹത്തിന് അടുപ്പമില്ല. തനിച്ചാക്കാൻ പറ്റില്ലല്ലോ. ഞാൻ ഹോട്ടൽ മുറിയിൽ ചെല്ലുമ്പോൾ, വീണുകിട്ടിയ ഒരു അവധി ദിവസത്തിന്റെ സ്വാതന്ത്ര്യത്തിലായിരുന്നു ഇളയരാജ. മദ്രാസിലാ ണെങ്കിൽ എപ്പോഴും ഒരുപാടാളുകൾ കൂടെയുണ്ടാകും. തമിഴിലും തെലുങ്കിലും ഹിന്ദിയിലുമൊക്കെയുള്ള സിനിമക്കാർ അദ്ദേഹത്തെ കാണാൻ കാത്തുനിൽക്കാറുണ്ട്. ആ തിരക്കുകളിൽ നിന്നൊക്കെ വിട്ടു മാറി തികച്ചും ഏകാകിയായി രാജാസാർ ഇരുന്നു. സംസാരിച്ചിരിക്കെ അദ്ദേഹം ചോദിച്ചു-

"നമുക്കൊന്ന് നടക്കാൻ പോയാലോ?"

"എവിടെ?"

"ബീച്ചിൽ. കാപ്പാടു ബീച്ചിനെപ്പറ്റി ഞാൻ വായിച്ചിട്ടുണ്ട്. വാസ്കോ ഡി ഗാമ വന്നിറങ്ങിയ സ്ഥലം. അവിടെ പോയാലോ?"

"അയ്യോ-സാറിന്റെ സ്വസ്ഥതയും ഏകാന്തതയുമൊക്കെ പോകും. മലയാളിയല്ലെങ്കിലും ഇളയരാജയെ ഇവിടെ എല്ലാവർക്കുമറിയാം. പെട്ടു പോകും."

ഞാൻ നിരുത്സാഹപ്പെടുത്താൻ നോക്കി.

"വേണമെങ്കിൽ ഒരു മുഖംമൂടി വെയ്ക്കാം." എന്ന് തമാശപറഞ്ഞു അദ്ദേഹം. പക്ഷേ, കടപ്പുറത്ത് ശാന്തമായ ഒരു സന്ധ്യാനേരം അദ്ദേഹം ആഗ്രഹിക്കുന്നു എന്നെനിക്കു മനസ്സിലായി.

"അല്പംകൂടി ഇരുട്ടട്ടെ. സന്ദർശകരൊക്കെ പോയതിനുശേഷം ബീച്ചിൽ നമുക്കു മാത്രമായി സൗകര്യമുണ്ടാക്കാൻ പി.വി.ജി. യോടു പറയാം."

പി.വി. ഗംഗാധരൻ അത് നിഷ്പ്രയാസം ഏർപ്പാടുചെയ്തു. ഞങ്ങൾ കാപ്പാട് ചെന്നിറങ്ങുമ്പോൾ പി.വി.ജി. ഏല്പിച്ച ഒരാൾ കാത്തുനിന്നി രുന്നു. ബീച്ചിലേക്ക് വഴികാണിച്ച് അയാളും അപ്രത്യക്ഷനായി. പതിവു ലൈറ്റുകളൊക്കെ ഓഫ് ചെയ്തിരുന്നു. അമാവാസിയോ മറ്റോ ആയിരി ക്കണം. നാട്ടുവെളിച്ചം പോലുമില്ല. കടലിന്റെ ഇരമ്പലും കരയിലേക്കടിച്ചു കയറുന്ന തിരകളുടെ കലമ്പലും മാത്രം. കാറിന്റെ ഹെഡ്ലൈറ്റ് ഓൺ ചെയ്യാൻ ഞാൻ പറഞ്ഞു.

ഇപ്പോൾ കടൽത്തീരം മുഴുവൻ വ്യക്തമായി കാണാം.

"കടലിന് സംഗീതമുണ്ട്." രാജാസാർ പറഞ്ഞു. കടലിരമ്പത്തോട് ചേർന്നുനിൽക്കുന്ന ഒരീണം അദ്ദേഹം മൂളി. പിന്നെ അനന്തമായ ഈ കടൽ കണ്ടാൽ അഹങ്കാരം താനെ ഇല്ലാതാകുമെന്നു പറഞ്ഞു. രമണമഹർഷിയുടെ ജീവിതതത്ത്വങ്ങൾ പറഞ്ഞുകേൾപ്പിച്ചു.

അന്നുവരെ കണ്ടതിൽവെച്ച് ഏറ്റവും ആഹ്ലാദവാനായിരുന്നു അദ്ദേഹം.

തിരകൾ കാലുകളെ തൊട്ടുരുമ്മാനെത്തിയപ്പോൾ പിടികൊടുക്കാതെ ചിരിച്ചുകൊണ്ടദ്ദേഹം പിറകിലോട്ടോടി. പിൻവലിഞ്ഞ തിരകൾക്കൊപ്പം മുന്നോട്ടും.

ഇന്ത്യൻ സിനിമയിലെ സംഗീതചക്രവർത്തിയാണ്. ഇളയരാജ എന്ന ഒരൊറ്റ പേരിൽ വലിയൊരു ജനസമൂഹത്തെ ആവാഹിക്കുന്ന പ്രതിഭയാണ്. സ്ക്രീനിൽ പേരെഴുതിക്കാണിക്കുമ്പോൾ തിയേറ്ററിലുയരുന്ന ആരവവും കൈയടിയും ഞാനൊരുപാടുവട്ടം നേരിട്ടു കണ്ടിട്ടുള്ളതാണ്. യാതൊരുവിധ പരിവേഷങ്ങളുമില്ലാതെ ഒരു കൊച്ചുകുട്ടിയുടെ കൗതുകത്തോടെ കളിച്ചും ചിരിച്ചും എന്റെ കൺമുമ്പിൽ... മൂന്നാമതൊരാൾ അതു കാണുന്നില്ലല്ലോ എന്ന് അപ്പോഴും ഞാൻ വിഷമത്തോടെ ഓർത്തു.

അടുത്ത അനുഭവവും ഇളയരാജയുമായി ബന്ധപ്പെട്ടതുതന്നെയാണ്. മദ്രാസിലെ പ്രസാദ് സ്റ്റുഡിയോവിൽ എന്റെ ഒരു സിനിമയുടെ റീ-റെക്കോഡിങ് നടക്കുന്നു. ഓർക്കസ്ട്രക്കാർക്ക് മ്യൂസിക് നോട്സ് കൊടുത്ത് അവരത് പ്രാക്ടീസ് ചെയ്യുന്ന സമയത്ത് വിശ്രമിക്കാനായി രാജാസാർ തന്റെ കമ്പോസിങ്റൂമിലേക്കു നടന്നു. ഒപ്പം ഞാനുമുണ്ട്. അധികമാർക്കും പ്രവേശനമില്ലാത്ത മുറിയാണ്. മൂകാംബികയുടെയും ആത്മീയാചാര്യന്മാരുടെയും ചിത്രങ്ങൾകൊണ്ടലങ്കരിച്ച ചുമരുകൾ. ഇരിക്കാൻ, നിലത്തു വിരിച്ചിട്ട കമ്പളവും വെള്ളവിരിയിട്ട കിടക്കയും. ഇളയരാജയുടെ പ്രിയപ്പെട്ട ഹാർമോണിയം, കുറെ പുസ്തകങ്ങൾ, ഒരു പഴയ ടേപ്റെക്കോർഡർ... അവിടെയിരുന്നാണ് ഇളയരാജയിൽനിന്ന് പഴയ കഥകൾ ഞാൻ ചോർത്തിയെടുക്കാറുള്ളത്. ഗ്രാമത്തിൽനിന്ന് മദ്രാസിലെത്തിയത്, പട്ടിണികിടന്നത്, സിനിമയിലെത്തിപ്പെട്ടത്, കെ. ബാലചന്ദ്രൻ, കണ്ണദാസൻ, ബാലു മഹേന്ദ്ര, ഭാരതിരാജ, മണിരത്നം- ഇവരോടൊപ്പമുള്ള അനുഭവങ്ങൾ... അങ്ങനെ നൂറുനൂറു കാര്യങ്ങൾ. അപ്പോൾ ഞാൻ ഇളയരാജാസംഗീതത്തിന്റെ ആരാധകൻ മാത്രമായി മാറും.

സംസാരിച്ചിരിക്കെ അപ്രതീക്ഷിതമായി കമൽഹാസൻ മുറിയിലേക്കു കടന്നുവരുന്നു. പ്രസാദ് സ്റ്റുഡിയോവിന്റെ ഫ്ളോറിൽ 'വേട്ടയാട് വിളയാട്' എന്ന സിനിമയുടെ ഷൂട്ടിങ് നടക്കുന്നുണ്ട്. ഇടവേളയിൽ സ്നേഹിതനെ കാണാൻ വന്നതാണ്.

രണ്ടുപേരും തമാശകൾ പറയുന്നു, പരസ്പരം കളിയാക്കുന്നു-

ഞാനോർത്തു, ഇത്തരം സൗഹൃദങ്ങളിൽനിന്നാണ് കമൽഹാസൻ ചിത്രങ്ങളിലെ അതിശയിപ്പിക്കുന്ന ഗാനങ്ങൾ ഉണ്ടായിട്ടുള്ളത്. 'സുന്ദരി നീയും സുന്ദരൻ ഞാനു'മടക്കം ഒരുപാടു ഗാനങ്ങൾ ഇളയരാജ കമൽഹാസനെക്കൊണ്ട് പാടിച്ചിട്ടുണ്ട്. സംസാരിച്ചപ്പോൾ ആ പാട്ടുകൾ ഞാൻ ഓർമിപ്പിച്ചു.

'ഗുണ' എന്ന സിനിമയിലെ 'കൺമണി അൻപോട് കാതലൻ...' എന്ന പാട്ടിൽനിന്നാണ് 'രസതന്ത്ര'ത്തിലെ നായികയ്ക്ക് പേരിട്ടത് എന്നു ഞാൻ പറഞ്ഞു (മീരാ ജാസ്മിൻ അവതരിപ്പിച്ച ആ തമിഴത്തിക്കുട്ടിക്ക് 'കൺമണി' എന്നായിരുന്നു പേര്). ഇളയരാജ സംഗീതം നൽകി കമൽഹാസൻ പാടിയ ആ പാട്ടിലെ രണ്ടു വരികൾ മോഹൻലാലിനെക്കൊണ്ട് ഒരു രംഗത്ത് പാടിച്ചിട്ടുമുണ്ട്. പെട്ടെന്ന് ഇളയരാജ ഹാർമോണിയമെടുത്തുവെച്ച് 'കൺമണി അൻപോട്...' എന്ന ട്യൂൺ വായിച്ചു. കമൽഹാസൻ ഉത്സാഹത്തോടെ ആ വരികൾ പാടി. അതു റെക്കോഡ് ചെയ്യുമ്പോഴത്തെ നുറുങ്ങ് തമാശകൾ പറഞ്ഞ് രണ്ടുപേരും പൊട്ടിച്ചിരിച്ചു. അതിനിടയിൽ ആ പാട്ടു മുഴുവൻ ഇളയരാജ ഹാർമോണിയത്തിൽ വായിക്കുന്നു, ഒരു വരിപോലും തെറ്റാതെ കമൽഹാസൻ പാടുന്നു.

അപൂർവസുന്ദരമായ ആ നിമിഷങ്ങൾക്ക് സാക്ഷിയാകാൻ ഭാഗ്യമുണ്ടായല്ലോ എന്നോർക്കുമ്പോഴും മൂന്നാമതൊരാൾ അതു കണ്ടെങ്കിൽ എന്നു ഞാൻ ആഗ്രഹിച്ചുപോയിരുന്നു.

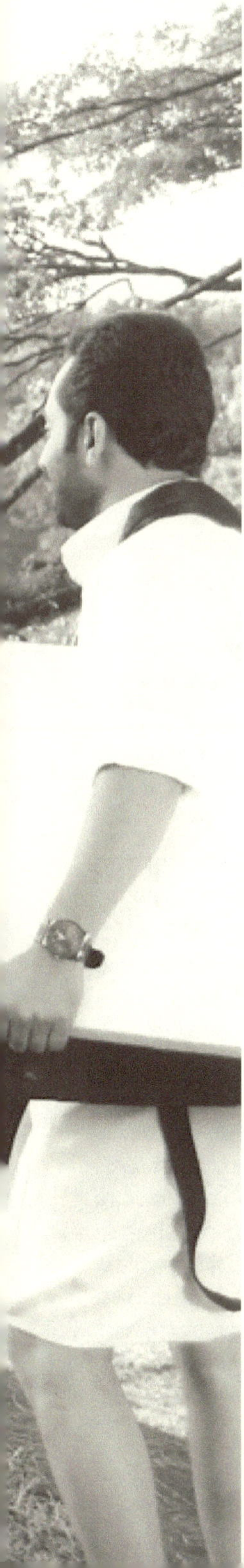

പിശുക്ക്
ഒരു കലയാണ്

ഈയിടെ 'പൊന്മുട്ടയിടുന്ന താറാവ്' വീണ്ടും കണ്ടു. ചാനൽ മാറ്റിയപ്പോൾ കണ്ണിൽപെട്ടതാണ്. ഒരു സീൻ കണ്ട് നിർത്താം എന്നാണ് കരുതിയത്. മുഴുവൻ തീർന്നിട്ടേ ടി.വി. ഓഫ് ചെയ്തുള്ളൂ. അതിലെ ഓരോ സീനും റിഹേഴ്സൽ ചെയ്ത സന്ദർഭവും അപ്പോഴുണ്ടായ തമാശകളുമൊക്കെ ഓർമവന്നു. ഒപ്പം അതിൽ അഭിനയിച്ച, പകരംവെയ്ക്കാനില്ലാത്ത നടീനടന്മാരെയും. ക്ലൈമാക്സിനോടനുബന്ധിച്ചുള്ള രംഗത്ത് മൂത്ത തട്ടാനെ കസേരയിലെടുത്തുകൊണ്ടുവരുന്ന രംഗം കണ്ടപ്പോൾ ഞാൻ സ്ക്രീനിൽ എണ്ണിനോക്കി–

കൃഷ്ണൻകുട്ടി നായർ, ശങ്കരാടി, കരമന, ഒടുവിൽ, ഫിലോമിന – ആരുമില്ല ഇന്ന്. വെളിച്ചപ്പാടായി അരങ്ങു തകർത്ത ജഗതി നീണ്ട മൗനത്തിലായിട്ടും നാളുകളേറെയായി. രഘുനാഥ് പലേരിയുടെ ഹൃദ്യമായ നർമം ഇത്ര വിദഗ്ധമായി അവതരിപ്പിക്കാൻ ഇവരല്ലാതെ മറ്റാരാണുള്ളത്? അന്ന് ആ ചിത്രം ഒരുക്കാൻ കഴിഞ്ഞത് ഒരു മഹാഭാഗ്യമായെന്നും ഇപ്പോൾ തോന്നുന്നു.

അടുത്തകാലത്ത് ഫഹദ് ഫാസിൽ പറഞ്ഞു: "ഞങ്ങളിപ്പോഴും പൊന്മുട്ടയിടുന്ന താറാവും മഴവിൽക്കാവടിയുമൊക്കെ എടുത്ത് കാണും. അതൊരു പ്രചോദനമാണ്."

എഴുതാൻ തുടങ്ങിയത് 'പിശുക്ക്' എന്ന കലയെപ്പറ്റിയാണ്. പെട്ടെന്ന് മനസ്സിൽ വന്ന മുഖം ശങ്കരാടിച്ചേട്ടന്റെയും. ശങ്കരാടിയാണ് 'പൊന്മുട്ട'യിലേക്ക് നയിച്ചത്.

ശങ്കരാടിയെപ്പറ്റിത്തന്നെ പറയാം. ജീവിച്ചിരുന്ന കാലത്ത് അർഹിക്കുന്ന വിധത്തിൽ പരിഗണിക്കപ്പെട്ടിട്ടില്ലാത്ത നടനാണ് ശങ്കരാടി. പഴയ ബ്ലാക്ക് ആന്റ് വൈറ്റ് ചിത്രങ്ങൾ കണ്ടുനോക്കൂ. സ്വാഭാവികമായി

അഭിനയിക്കുന്ന അപൂർവംപേരേ അന്ന് ഉണ്ടായിരുന്നുള്ളൂ. അതിൽ ഒന്നാം സ്ഥാനം ശങ്കരാടി എന്ന മഹാനടനുതന്നെയാണ്. ചെയ്യുന്ന വേഷങ്ങൾ എത്ര ചെറുതായാലും അത് വെറും വേഷങ്ങളല്ലെന്ന് തോന്നിപ്പിക്കാൻ ശങ്കരാടിക്ക് കഴിയുമായിരുന്നു. മുണ്ടിന്റെ കോന്തല കക്ഷത്ത് തിരുകി ക്കൊണ്ടുള്ള ആ നടത്തം - കൈയും കലാശവുമായുള്ള സംഭാഷണം - തീക്ഷ്ണമായ നോട്ടം!

മലയാള സിനിമയുടെ സൗഭാഗ്യമായിരുന്നു ശങ്കരാടി. എന്റെ സിനിമ കളിൽ കഥാപാത്രമുണ്ടോ എന്ന് ഒരിക്കലും ശങ്കരാടിച്ചേട്ടൻ ചോദിച്ചി ട്ടില്ല. ഉണ്ടാകുമെന്ന് അദ്ദേഹത്തിനറിയാം. സിനിമയുടെ ജോലികൾ ആരം ഭിക്കുമ്പോൾ വിളിച്ചു ചോദിക്കും-

"എന്നാ തുടങ്ങുന്നത്?"

"അടുത്ത മാസം പത്തിന്" എന്ന് ഞാൻ മറുപടി പറഞ്ഞുവെന്നിരി ക്കട്ടെ.

"ഞാനൊരു പതിനഞ്ചിന് എത്തിക്കൊള്ളാം." എന്നദ്ദേഹം മറുപടി പറയും. അത് ശങ്കരാടിച്ചേട്ടന്റെ തീരുമാനമാണ്; സ്വാതന്ത്ര്യമാണ്. ഇത്രയും ലളിതമായി ജീവിച്ച ഒരു നടൻ മലയാളത്തിലുണ്ടായിട്ടില്ല. അനാവശ്യമായി ഒരു പൈസപോലും ചെലവാക്കില്ല. മറ്റുള്ളവരെക്കൊണ്ട് ചെലവാക്കാൻ സമ്മതിക്കുകയുമില്ല. ചോദിച്ചാൽ പറയും -

"പണത്തിന്റെ വില നല്ലതുപോലെ അറിഞ്ഞിട്ടുള്ള ഒരാളാണ് ഞാൻ."

അടുത്തറിയാത്തവരുടെ അഭിപ്രായം പക്ഷേ, വേറെയാണ്.

"എന്തൊരു പിശുക്കനാണ് ശങ്കരാടിച്ചേട്ടൻ."എനിക്ക് തോന്നിയിട്ടു ള്ളത് ആ പിശുക്കിലും ഒരാനന്ദമുണ്ടെന്നാണ്. ധാരാളിയായി ജീവിക്കുന്ന ഒരാൾ കാശെറിഞ്ഞ് ചെലവാക്കുമ്പോൾ കിട്ടുന്ന അതേ സന്തോഷം!

പണ്ട് മദ്രാസിൽ സിനിമാചർച്ചകൾക്കായി ഞാനും ശ്രീനിവാസനും പതിവായി താമസിക്കാറുള്ളത് ന്യൂ വുഡ്ലാന്റ്സ് ഹോട്ടലിലാണ്. രാത്രി യാണ് ഞങ്ങളുടെ ജോലി അധികവും. ചർച്ചയും എഴുത്തുമൊക്കെ കഴിഞ്ഞ് ഉറങ്ങാൻ കിടക്കുക പാതിരാത്രി കഴിഞ്ഞാണ്. മൊബൈൽ ഫോൺ രംഗപ്രവേശം ചെയ്തിട്ടില്ലാത്ത കാലം. ചില ദിവസങ്ങളിൽ അതി രാവിലെ അഞ്ചു മണിക്കു മുമ്പ് ഫോണടിക്കാൻ തുടങ്ങും. ഒരുപാട് നേരം റിങ് ചെയ്യുമ്പോൾ ഞാനോ ശ്രീനിയോ ഫോണെടുക്കും. മറുതലയ്ക്കൽ ശങ്കരാടിയാവുമെന്ന് ഉറപ്പാണ്. ചിലപ്പോൾ തിരക്കഥ എന്തായെന്ന് അന്വേ ഷിക്കാൻ. അല്ലെങ്കിൽ ഞങ്ങളുടെ ഡേറ്റിൽ വേറൊരു പടം വന്നിട്ടുണ്ട്; കുറച്ചു ദിവസം അവർക്ക് കൊടുത്തോട്ടെ എന്ന് ചോദിക്കാൻ. എന്തിനാ യാലും അഞ്ചുമണിക്ക് മുമ്പേ വിളിക്കൂ. കാരണം, അന്ന് STD നിരക്ക് ഏറ്റവും കുറവുള്ള സമയം രാത്രി പത്തുമുതൽ അഞ്ചുവരെയാണ്. ആ സമയത്താണ് ദൂരെയുള്ളവരെ മുഴുവൻ അദ്ദേഹം വിളിക്കുക. ഒരു ദിവസം ശ്രീനിവാസൻ പറഞ്ഞു -

“രണ്ടോ മൂന്നോ ദിവസം കൂടുമ്പോൾ ശങ്കരാടിച്ചേട്ടനെ നമുക്ക് അങ്ങോട്ട് വിളിക്കാം. നേരം വെളുക്കുന്നതുവരെ സമാധാനമായി ഉറങ്ങാമല്ലോ.”

എനിക്ക് പരിചയമുള്ള പഴയൊരു നിർമാതാവുണ്ട്. മദിരാശിയിലെ വട പളനിയിലായിരുന്നു അദ്ദേഹത്തിന്റെ താമസം. മെയിൻ റോഡിൽ നിന്ന് അല്പം അകലെയായി ഒരു കോളനിയിലാണ് വീട്. മിക്കവാറും ദിവസങ്ങളിൽ ബാങ്കിൽ പോകേണ്ടിവരും. വീട്ടിൽ നിന്ന് കാറിലാണ് വരിക. മെയിൻ റോഡിനോട് ചേർന്നുള്ള പെട്രോൾ ബങ്കിൽ കാർ പാർക്ക് ചെയ്ത് തൊട്ടടുത്ത സ്റ്റോപ്പിൽ നിന്ന് ബസ്സിൽ കയറി മൗണ്ട് റോഡിലുള്ള ബാങ്കിന്റെ മുമ്പിൽ ചെന്നിറങ്ങും. അന്നത്തെ ടിക്കറ്റ് ചാർജ് വെറും അമ്പത് പൈസ. ജോലിയൊക്കെ തീർത്ത് തിരിച്ച് ഇങ്ങോട്ടും ബസ്സിൽ വന്ന് കാറെടുത്ത് വീട്ടിൽ പോകും. മൊത്തം ചെലവ് ഒരു രൂപ മാത്രം. കാര്യം നടന്നാൽ പോരെ? അനാവശ്യമായി പെട്രോൾ കത്തിക്കുന്നതെന്തിന്? അതാണ് ന്യായം.

നഗരത്തിലെ ഗതാഗതക്കുരുക്ക് ഒഴിവാക്കാൻ ഡൽഹി മുഖ്യമന്ത്രി അരവിന്ദ് കെജരിവാൾ എന്തെല്ലാം പരിഷ്കാരങ്ങളാണ് പരീക്ഷിക്കുന്നത്. ആളുകൾ നമ്മുടെ നിർമാതാവിനെ മാതൃകയാക്കിയാൽ പണവും ലാഭം, പരിസരമലിനീകരണം ഒഴിവാക്കുകയും ചെയ്യാം.

അതിബുദ്ധി കാണിക്കുന്ന പിശുക്കന്മാർക്ക് ചിലപ്പോൾ തിരിച്ചടികളും ലഭിക്കാറുണ്ട്.

ഒരു ഉദാഹരണം പറയാം-

ഞാൻ പി. ചന്ദ്രകുമാറിന്റെ സഹസംവിധായകനായി പ്രവർത്തിക്കുന്ന കാലം. ചന്ദ്രകുമാർ അന്ന് മലയാളത്തിലെ ഏറ്റവും തിരക്കുള്ള സംവിധായകനാണ്. ചുരുങ്ങിയ ദിവസങ്ങൾകൊണ്ട് പടം തീർക്കും. മിക്കവാറും എല്ലാ പടങ്ങളും സാമാന്യം നന്നായി ഓടുകയും ചെയ്യും. നല്ല പെരുമാറ്റം. പ്രതിഫലത്തിന്റെ കാര്യത്തിൽ ആർത്തിയൊന്നുമില്ല. നടീനടന്മാർക്കെല്ലാം വലിയ കാര്യമാണ്. എന്നും നിർമാതാവിനോടൊപ്പം നിൽക്കുന്ന സംവിധായകനാണ് ചന്ദ്രകുമാർ.

അനാവശ്യച്ചെലവുകൾ ഒഴിവാക്കാൻ അസാമാന്യ മിടുക്കുള്ള ഒരു നിർമാതാവിന്റെ സിനിമ സംവിധാനം ചെയ്യാൻ ചന്ദ്രകുമാർ സമ്മതിച്ചു; അഡ്വാൻസും വാങ്ങി. കഥ കിട്ടിയിട്ടില്ല.

തിരക്കഥയെഴുതാൻ തോപ്പിൽ ഭാസി തയ്യാറാണ്. നിർമാതാവിന്റെ പല സിനിമകളും ഭാസിസാർ എഴുതിയിട്ടുമുണ്ട്. പക്ഷേ, കഥ വേണം. ആരോ പറഞ്ഞു മറാത്തിയിൽ ഒരു നല്ല പടം ഇറങ്ങിയിട്ടുണ്ട്.

കുടുംബങ്ങൾക്ക് ഇഷ്ടപ്പെടുന്ന വിഷയമാണ്. മലയാളത്തിലാക്കിയാൽ നന്നാകും. കഥ ഇഷ്ടപ്പെട്ടാൽ അതിന്റെ റീ-മേക്ക് അവകാശം രേഖാമൂലം വാങ്ങാം. ‘മറാത്തി’ ആയതുകൊണ്ട് വൻതുകയൊന്നും മുടക്കണ്ട. മലയാളത്തിൽ ഒരു കഥയ്ക്കു കൊടുക്കുന്ന പണം കൊടുത്താൽ മതി. പക്ഷേ, പടം എങ്ങനെ കാണും?

ഇന്നത്തെപ്പോലെ സീഡിയോ ഡിജിറ്റൽ സമ്പ്രദായമോ ഒന്നുമില്ല. തിയേറ്ററിൽതന്നെ കാണണം. മദ്രാസിലേക്ക് ഒരു ഫിലിം പ്രിന്റ് എത്തിച്ച് കാണാമെന്നു വെച്ചാൽ രണ്ട് പ്രശ്നങ്ങൾ.

ഒന്ന്, പുതിയ സിനിമയായതുകൊണ്ട് മഹാരാഷ്ട്രയിലും മറ്റും തിയേറ്ററുകളിൽ ഓടിക്കൊണ്ടിരിക്കുകയാണ്. ഇനി കഷ്ടപ്പെട്ട് ഒരു ദിവസത്തേക്ക് പ്രിന്റ് വരുത്താമെന്നു വെച്ചാൽതന്നെ, കണ്ട് കഥ ഇഷ്ടപ്പെട്ടില്ലെങ്കിൽ അതിനു വേണ്ടി ചെലവാക്കുന്ന പണമൊക്കെ വെറുതെയാവില്ലേ?

ഏറ്റവും എളുപ്പമുള്ള വഴി നിർമാതാവ് കണ്ടുപിടിച്ചു.

ബോംബെയിൽ ആ സിനിമ റിലീസ് ചെയ്തിട്ടുണ്ട്. അവിടെ പോയി സാധാരണ തിയേറ്ററിൽ സിനിമ കാണുക. മറാത്തി ഭാഷ അറിയാവുന്ന ഒരു സുഹൃത്ത് ബോംബെയിലുണ്ട്. അയാളെയും കൂട്ടാം. ഇഷ്ടപ്പെട്ടാൽ റൈറ്റ് വാങ്ങാം. ഇല്ലെങ്കിൽ അടുത്ത വണ്ടിക്ക് തിരിച്ചുപോരാം.

ചന്ദ്രകുമാർ സമ്മതിച്ചു. പക്ഷേ, ഒരു കണ്ടീഷൻ. എന്നെയും കൊണ്ടുപോകണം. അതൊരു അധികച്ചെലവല്ലേ എന്ന് നിർമാതാവിനു തോന്നി. ഒരു കഥ സെലക്ട് ചെയ്യാൻ എന്തിനാണ് അസിസ്റ്റന്റ് ഡയറക്ടർ? രണ്ടു ട്രെയിൻ ടിക്കറ്റിൽ തീരുന്ന കാര്യമാണ്. ഞാൻ കൂടെയുണ്ടെങ്കിൽ മൂന്നുപേർക്ക് ടിക്കറ്റെടുക്കണം. പക്ഷേ, കഥ നല്ലതാണോ എന്നു തീരുമാനിക്കാൻ ഞാൻ കൂടെ ഉണ്ടാവണം എന്ന് ചന്ദ്രൻ നിർബന്ധം പിടിച്ചു.

അക്കാലത്ത് തിരക്കഥാ ചർച്ചകളിൽ എപ്പോഴും ഞാൻ ചന്ദ്രനോടൊപ്പം ഉണ്ടാകാറുണ്ട്. ഒരു അഭിപ്രായം പറയാൻ വിശ്വാസമുള്ള ആരെങ്കിലും ഉണ്ടാകണമല്ലോ.

മനമില്ലാമനസ്സോടെ നിർമാതാവ് സമ്മതിച്ചു. പക്ഷേ, ടിക്കറ്റെടുത്തപ്പോൾ അദ്ദേഹമൊരു ബുദ്ധി കാണിച്ചു. അദ്ദേഹത്തിനും സംവിധായകനായ ചന്ദ്രകുമാറിനും ബോംബേക്ക് ഫസ്റ്റ് ക്ലാസിലും അസിസ്റ്റന്റായ എനിക്ക് സെക്കൻഡ് ക്ലാസിലും ടിക്കറ്റ് ബുക്ക് ചെയ്തു.

മറ്റു തിരക്കുകൾക്കിടയിൽ ചന്ദ്രൻ അത് ശ്രദ്ധിച്ചില്ല. ഞാൻ മറുത്തൊന്നും പറയാനും പോയില്ല. രാവിലെ ഒമ്പതു മണിക്കാണ് എഗ്മൂറിൽ നിന്ന് ട്രെയിൻ പുറപ്പെടുക. ഞാൻ അന്ന് എഗ്മൂറിൽ ഒരു ബേക്കറിക്കു മുകളിൽ ചെറിയൊരു വാടകമുറിയിലാണ് താമസം, കോടമ്പാക്കത്താണ് നിർമാതാവിന്റെ വീട്. ചന്ദ്രൻ താമസിക്കുന്നതും അതിനടുത്തുള്ള ഡയറക്ടേഴ്സ് കോളനിയിലാണ്. രാവിലെ ചന്ദ്രനെയും കൂട്ടി എഗ്മൂറിൽ വന്ന് എന്നെയും കയറ്റി നേരെ റെയിൽവേ സ്റ്റേഷനിലേക്കു പോകാമെന്ന് നിർമാതാവ് പറഞ്ഞു. പക്ഷേ, എന്റെ താമസസ്ഥലംവരെ വരാൻ ബുദ്ധിമുട്ടുണ്ട്. ഒരു ചെറിയ ഇടവഴിയിലൂടെ അല്പദൂരം വണ്ടി ഓടണം. പകരം എഗ്മൂർ ഹൈറോഡിലുള്ള ഡോക്ടർ ബാലകൃഷ്ണന്റെ ക്ലിനിക്കിൽ ഞാൻ കാത്തുനിന്നാൽ മതി. സമയവും ഇന്ധനവും ലാഭം.

ഞാൻ സമ്മതിച്ചു.

രാവിലെ കൃത്യം എട്ടു മണി ആയപ്പോൾ തന്നെ ചെറിയൊരു ബാഗു മായി ഡോക്ടർ ബാലകൃഷ്ണന്റെ ക്ലിനിക്കിന്റെ വരാന്തയിൽ ഞാൻ നിലയുറപ്പിച്ചു. മണി എട്ടും എട്ടരയും ഒമ്പതുമൊക്കെ കഴിഞ്ഞു. ചന്ദ്രനും നിർമാതാവും കയറിയ കാർ അതുവഴി വന്നതേയില്ല. പ്രോഗ്രാം മാറി യിട്ടുണ്ടാവുമെന്ന് ന്യായമായും ഞാൻ സംശയിച്ചു. ഡോക്ടർ അന്ന് ക്ലിനിക്കിലെത്തിയത് പത്തുമണിക്കാണ്. കണ്ട ഉടനെ ചോദിച്ചു-

“നീ ബോംബേക്കു പോയില്ലേ?”

വണ്ടി വന്നില്ല.

ഡോക്ടർ രോഗികളെ നോക്കാൻ തുടങ്ങി. ഞാൻ പുറത്തെ മുറി യിൽ അന്നു വന്ന മാഗസിനുകളും നോക്കിയിരുന്നു. ഉച്ചയാകാറായപ്പോൾ എന്നെ തേടി ഒരു ഫോൺ കോൾ.

ഡോക്ടറുടെ കൺസൾട്ടിങ് മുറിയിലാണ് ഫോണിരിക്കുന്നത്. എടുത്തപ്പോൾ നമ്മുടെ നിർമാതാവാണ്. പ്ലാനിങ്ങിൽ ചെറിയൊരു അബദ്ധം പറ്റിയത്രെ. നിർമാതാവ് വീട്ടിൽ നിന്നിറങ്ങാൻ അല്പം വൈകി. എന്നെക്കൂടി കയറ്റാൻ നിന്നാൽ സ്റ്റേഷനിലെത്താൻ താമസിക്കും. പുള്ളി ക്കാരൻ ഒരു എളുപ്പപ്പണി ചെയ്തു. മാനേജരോടു പറഞ്ഞു:-

“ഡോക്ടറുടെ ക്ലിനിക്കിൽ സത്യൻ കാത്തുനിൽക്കുന്നുണ്ടാകും. അവിടെ വിളിച്ച് നേരെ റെയിൽവേ സ്റ്റേഷനിലേക്കു വരാൻ പറയൂ.”

മാനേജർ അപ്പോൾ മുതൽ വിളിക്കുന്നതാണ്. പക്ഷേ, ഡോക്ടർ ബാലകൃഷ്ണൻ വന്നാലേ കൺസൾട്ടിങ് റൂം തുറക്കൂ എന്നും ഫോൺ അതിനുള്ളിലാണെന്നും ആരും ഓർത്തില്ല.

ഇടയ്ക്ക് ഏതോ സ്റ്റേഷനിൽ വണ്ടി നിർത്തിയപ്പോൾ പ്ലാറ്റ്ഫോമിലെ പബ്ലിക് ബൂത്തിൽ നിന്ന് അങ്കലാപ്പോടെയുള്ള നിർമാതാവിന്റെ വിളി.

“ഉച്ചകഴിഞ്ഞുള്ള ബോംബെ ഫ്ളൈറ്റിൽ സത്യന് ടിക്കറ്റ് പറഞ്ഞി ട്ടുണ്ട്. മാനേജർ കാറുമായി വരും.”

ഒന്നരമണിക്കൂർകൊണ്ട് ഞാൻ ബോംബെയിലെത്തി. നിർമാതാവിന്റെ സുഹൃത്ത് എയർപോർട്ടിൽ കാത്തുനിന്നിരുന്നു.

മുറിയിലെത്തി കുളിച്ച് ഫ്രഷായി ബോംബെ നഗരത്തിലും ജൂഹു കടപ്പുറത്തുമൊക്കെ ഞാൻ ചുറ്റിയടിച്ചു. ഭക്ഷണം കഴിച്ച് സുഖമായി കിടന്നുറങ്ങി. പിറ്റേന്ന് ഉച്ചയാകാറായപ്പോൾ നിർമാതാവിന്റെ സുഹൃത്തി നോടൊപ്പം റെയിൽവേ സ്റ്റേഷനിൽ പോയി. രണ്ടു പകലും ഒരു രാത്രിയും തീവണ്ടിയിൽ യാത്ര ചെയ്ത് ക്ഷീണിച്ച് വിയർത്ത് നിർമാതാവും ചന്ദ്ര കുമാറും ആൾക്കൂട്ടത്തിനിടയിലൂടെ വരുന്നു.

‘യാത്രയൊക്കെ സുഖമായിരുന്നല്ലോ’ എന്ന് ചോദിക്കേണ്ട ഒരു കാര്യവും എനിക്കില്ല. പക്ഷേ, ഞാനതു ചോദിച്ചു. ചെറുപ്പത്തിന്റെ കുസൃ തിയാവാം. ഇരുണ്ട മുഖത്തോടെ നിർമാതാവ് ഒന്ന് മൂളി. ചന്ദ്രൻ നിറഞ്ഞ ചിരിയോടെ എന്റെ കൈ പിടിച്ചമർത്തി.

‘അധികം ബുദ്ധിയുള്ള പൊന്മാൻ, കിണറ്റിൽ മുട്ടയിടും’ എന്നൊരു ചൊല്ലുണ്ടല്ലോ എന്ന് ഞാൻ വെറുതെ മനസ്സിലോർത്തു.

വൈകിയെത്തുന്ന വസന്തങ്ങൾ

ആരെങ്കിലും ഒരു നല്ല കാര്യം ചെയ്താൽ അതിനെ അഭിനന്ദിക്കാനുള്ള മനസ് മലയാളികൾക്ക് കുറവാണെന്ന് പറഞ്ഞുകേട്ടിട്ടുണ്ട്. കുറ്റങ്ങൾ നമ്മൾ വേഗം കണ്ടുപിടിക്കും. ഒട്ടും വൈകാതെ, ഒരു സങ്കോചവുമില്ലാതെ അത് തുറന്നു പറയുകയും ചെയ്യും. അഭിനന്ദിക്കാൻ പക്ഷേ, മടിയാണ്. ഇതിലിപ്പൊ പ്രത്യേകിച്ചെന്താ പറയാനുള്ളത് എന്ന ഭാവം മൗനത്തിൽ പൊതിഞ്ഞങ്ങനെ വെക്കും.

അഭിനന്ദനം എപ്പോഴും ഊർജ്ജമാണ്. അത് ഏതു രംഗത്തുള്ള വർക്കും എത്ര പ്രശസ്തരായവർക്കും ഉണർവാണ്. 'വാനപ്രസ്ഥം' എന്ന കഥ ആഴ്ചപ്പതിപ്പിൽ പ്രസിദ്ധീകരിച്ചു വന്നപ്പോൾ ഞാൻ എം.ടി. വാസു ദേവൻ നായർക്കൊരു കത്തയച്ചു. 'ഒരു കഥ വായിച്ച് കണ്ണ് നിറയുക എന്ന അനുഭവം നഷ്ടമായിട്ടില്ല എന്ന് ബോധ്യപ്പെടുത്തിയതിന് നന്ദി എന്ന അർഥത്തിലായിരുന്നു ഞാൻ എഴുതിയത്.

മറുപടിയൊന്നുമുണ്ടായില്ല. ഞാനത് പ്രതീക്ഷിച്ചിട്ടുമില്ല.

പക്ഷേ, പിന്നീട് കോഴിക്കോട്ട് ഒരു ചടങ്ങിൽ വെച്ചുകണ്ടപ്പോൾ എന്റെ കൈപിടിച്ച് ചെറിയ ശബ്ദത്തിൽ അദ്ദേഹം പറഞ്ഞു-

"സത്യന്റെ കത്തെനിക്ക് കിട്ടിയിരുന്നു. സന്തോഷമായി." എം.ടി.ക്കു പോലും അതൊരു സന്തോഷമാണ്.

എന്റെ ചില സിനിമകൾ റിലീസ് ചെയ്യുന്ന സമയത്ത് ഭരതേട്ടൻ (സം വിധായകൻ ഭരതൻ) തനി തൃശ്ശൂർ സ്റ്റൈലിൽ അഭിനന്ദിക്കുമായിരുന്നു. ഹരിഹരൻസാർ ഇപ്പോഴും വിളിക്കും. 'മനസ്സിനക്കരെ'യും 'അച്ചുവിന്റെ അമ്മ'യും 'വിനോദയാത്ര'യും 'എന്നും എപ്പോഴു'മൊക്കെ കണ്ട് അദ്ദേഹം എന്നെ വിളിച്ചിട്ടുണ്ട്. ഗുരുനാഥന്റെ അനുഗ്രഹമായിട്ടാണ് ഞാനത് ഏറ്റെ ടുക്കാറുള്ളത്. വല്ലാത്തൊരു ആത്മവിശ്വാസം ആ വാക്കുകൾ നൽകി യിട്ടുമുണ്ട്. പുതിയ സംവിധായകരുടെ നല്ല സിനിമകൾ കണ്ടാൽ നമ്പർ

തേടിപ്പിടിച്ച് വിളിച്ച് അവരെ അഭിനന്ദിക്കുക എന്നത് ഞാനും ശീല മാക്കിയിട്ടുണ്ട്. ഏറ്റവും ഒടുവിൽ വിളിച്ചത് മാർട്ടിൻ പ്രക്കാട്ടിനെയും ഉണ്ണി ആർ-നെയുമാണ്, 'ചാർളി' എന്ന മനോഹരചിത്രം മലയാളത്തിന് സമ്മാനിച്ചതിന്.

കൈതപ്രം ദാമോദരൻ നമ്പൂതിരി സ്വകാര്യ സംഭാഷണങ്ങളിൽ പങ്കു വെക്കുന്ന ഒരു അനുഭവമുണ്ട്. 'ഞാൻ ഗന്ധർവ്വൻ' എന്ന സിനിമയിലെ 'ദേവാങ്കണങ്ങൾ കൈയൊഴിഞ്ഞ താരകം' റെക്കോഡ് ചെയ്യുന്ന സമയം. ജോൺസൺ അതിമനോഹരമായി ചിട്ടപ്പെടുത്തിയ ഗാനമാണ്. യേശു ദാസ് അതിന്റെ ആത്മാവറിഞ്ഞു പാടി. പാടിക്കഴിഞ്ഞ് റെക്കോഡിങ്ങ് റൂമിൽ നിന്ന് പുറത്തുവന്ന ദാസേട്ടനെ കെട്ടിപ്പിടിച്ച് കൈതപ്രം പറഞ്ഞു:

"ഗംഭീരമായി ദാസേട്ടാ. എന്റെ രചനയേക്കാളും ജോൺസന്റെ സംഗീതത്തേക്കാളും മികച്ചതായി ദാസേട്ടൻ പാടിയപ്പോൾ. അസ്സ ലായി."യേശുദാസ് അല്പനേരം നിശ്ശബ്ദനായി നിന്നുവത്രെ. പിന്നെ പറഞ്ഞു - "ഞാൻ നന്നായി പാടിയെന്നു പറഞ്ഞ് ഒരാളെന്നെ അഭിന ന്ദിച്ചിട്ട് വർഷങ്ങളായി" എന്ന്. ദാസേട്ടന്റെ കണ്ണിലൊരു സന്തോഷത്തിന്റെ നനവ് കൈതപ്രം കണ്ടു.

യേശുദാസിനെപ്പോലെ അംഗീകാരങ്ങൾക്കപ്പുറത്തെത്തിയ ഒരാളോട് 'പാട്ട് നന്നായിരിക്കുന്നു' എന്ന് എങ്ങനെ പറയും എന്ന് പേടിച്ചിട്ടായി രിക്കാം ആരും പറയാത്തത്. പക്ഷേ, അദ്ദേഹംപോലും ആത്മാർഥമായ അഭിനന്ദനം ആഗ്രഹിക്കുന്നു എന്ന് നമ്മളറിയണം.

അടുത്തകാലത്ത് 'പത്തേമാരി' കണ്ടപ്പോൾ ഞാൻ മമ്മൂട്ടിയെ വിളിച്ചു. അവസാനരംഗത്ത് നിങ്ങളെന്നെ കരയിച്ചു. മമ്മൂട്ടിയാണ് - എനിക്ക് വളരെയേറെ പരിചയമുള്ള നടനാണ് എന്നൊക്കെ മനസ്സിനെ വിശ്വസിപ്പിക്കാൻ ശ്രമിച്ചെങ്കിലും അതിലും മുകളിലായിരുന്നു നിങ്ങളുടെ പ്രകടനം! ശബ്ദംകൊണ്ടും ഭാവംകൊണ്ടും പ്രേക്ഷകരെ കൈയിലെടു ക്കുന്ന മാജിക് ഞാൻ കണ്ടു. അഭിനന്ദനങ്ങൾ."

നല്ലൊരു ചിരിയായിരുന്നു മറുപടി. എന്നിട്ട് പറഞ്ഞു -

"നിങ്ങളെക്കൊണ്ട് ഞാൻ ഇനിയും വിളിപ്പിക്കും. അതിനു പറ്റിയ കഥാപാത്രങ്ങൾക്കായാണ് ഇപ്പോഴത്തെ കാത്തിരിപ്പ്." ആ സ്പിരി റ്റാണ് മമ്മൂട്ടിയെ നിലനിർത്തുന്നത് എന്നെനിക്ക് തോന്നിയിട്ടുണ്ട്. മലയാളത്തിലെ 'എക്കാലത്തെയും പുതുമുഖ നടൻ' എന്ന് മമ്മൂട്ടിയെ വിശേഷിപ്പിക്കുന്നതും അതുകൊണ്ടുതന്നെ.

കാര്യമിങ്ങനെയൊക്കെയാണെങ്കിലും അഭിനന്ദനം കേട്ട് അല്പനേ രത്തേക്കെങ്കിലും ദേഷ്യം തോന്നിയ ചരിത്രവും എനിക്കുണ്ട്. അതാണ് പറയാൻ പോകുന്നത്.

ഒരു സിനിമയുടെ ജോലികളുമായി എറണാകുളത്തു വന്നതായിരുന്നു. എറണാകുളത്തെത്തിയാൽ ഭാരത് ടൂറിസ്റ്റ് ഹോമിൽ നിന്നൊരു മസാല ദോശ കഴിക്കുക ഒരു ആചാരമാണ്. ഞാൻ മാത്രമല്ല, ശ്രീനിവാസനും

ലോഹിതദാസും രഘുനാഥ് പലേരിയുമൊക്കെ ബി.ടി.എച്ചിലെ ദോശ പ്രേമികളാണ്. മസാലദോശയും കാപ്പിയും കഴിച്ച് പുറത്തിറങ്ങിയപ്പോൾ പഴയൊരു സുഹൃത്തുണ്ട് ഓടിവരുന്നു. സിനിമാരംഗത്ത് ഉണ്ടായിരുന്ന വ്യക്തിയാണ്. ഇപ്പോൾ സജീവമല്ലെന്നേയുള്ളൂ. വന്ന ഉടനെ എന്റെ രണ്ടു കൈയും പിടിച്ച് കുലുക്കിക്കൊണ്ട് പറഞ്ഞു-

"കൺഗ്രാജുലേഷൻസ്. നിങ്ങളുടെ സിനിമ ഇന്നലെ കണ്ടു. മനോഹരമായിരിക്കുന്നു. ശ്രീനിവാസന്റെ തിരക്കഥയും അഭിനയവും കലക്കി. അയാളൊരു ജീനിയസ് തന്നെയാണ് കേട്ടോ. നമ്പർ കൈയിലില്ലാത്തതുകൊണ്ടാ ഞാൻ വിളിക്കാത്തത്. കാണുമ്പോൾ എന്റെയൊരു സ്പെഷ്യൽ അഭിനന്ദനം പറഞ്ഞേക്ക്."

ഞാനല്പം കൺഫ്യൂഷനിലായി. 'യാത്രക്കാരുടെ ശ്രദ്ധയ്ക്ക്' ശേഷം ഞാനും ശ്രീനിവാസനും ഒരുമിച്ച് ഒരു ചിത്രത്തിനുവേണ്ടിയും പ്രവർത്തിച്ചിട്ടില്ല. അതുകഴിഞ്ഞിട്ടിപ്പോൾ പത്തുപന്ത്രണ്ടു കൊല്ലം കഴിഞ്ഞു.

"ഏത് സിനിമയാണ്?" മടിച്ചു മടിച്ചു ഞാൻ ചോദിച്ചു.

"സന്മനസ്സുള്ളവർക്ക് സമാധാനം. മോഹൻലാൽ ഹൗസ് ഓണറായി അഭിനയിച്ചത്. ശ്രീനിയുടെ ഇൻസ്പെക്ടർ രാജേന്ദ്രൻ മനസ്സിൽ നിന്ന് പോകുന്നതേയില്ല."

ഒരുപാട് വർഷങ്ങൾക്ക് പിന്നിലാണോ ഞാൻ നിൽക്കുന്നതെന്ന് എനിക്കൊരു സംശയം. 1986 - ലാണ് ആ ചിത്രം റിലീസ് ചെയ്തത്. അന്ന് 'സന്മനസ്സി'ന്റെ തിരക്കഥയും സംഭാഷണവുമൊക്കെ എഴുതിയത് ഇതേ ബി.ടി.എച്ചിൽ ഇരുന്നാണ്. പക്ഷേ, ഇത് രണ്ടായിരത്തി പതിനാറല്ലേ? മുപ്പത് വർഷങ്ങൾക്കു മുമ്പിറങ്ങിയ സിനിമയാണോ അദ്ദേഹം ഇന്നലെ ആദ്യമായി കണ്ടത് ? കളിയാക്കിയതാകുമോ എന്ന് സംശയിച്ചു നിൽക്കുമ്പോൾ അടുത്ത അമ്പ്-

"ഇതുപോലുള്ള നല്ല ചിത്രങ്ങൾ ഇനിയും ചെയ്യണം. മലയാളത്തിന്റെ അഭിമാനമാണ് സത്യനും ശ്രീനിയും."അനുഗ്രഹിച്ച്, ആശീർവദിച്ച്, ആശംസിച്ച് അഭ്യുദയകാംക്ഷി സ്ഥലം വിട്ടു.

ഉടനെതന്നെ ശ്രീനിവാസനെ വിളിച്ച് ഞാൻ പറഞ്ഞു -

"ചൂടോടെ ഒരു അഭിനന്ദനം അറിയിക്കാൻ ഒരാൾ ഏല്പിച്ചിട്ടുണ്ട് കേട്ടോ."

"ജൈവകൃഷിയോടുള്ള എന്റെ താത്പര്യത്തിനാകും അല്ലേ?"

"അല്ല."

"കാൻസറിന് അലോപ്പതിയിൽ മരുന്നില്ല എന്ന് പറഞ്ഞതിനാകും."

"അതിനുമല്ല."

"പിന്നെ എന്തിനാ ഇപ്പോൾ ഒരഭിനന്ദനം? വിനീതും ധ്യാനും സിനിമയിൽ സജീവമായതിനാണോ?"

"അതിനൊന്നുമല്ല. സന്മനസ്സുള്ളവർക്ക് സമാധാനത്തിലെ ഇൻസ്പെക്ടർ രാജേന്ദ്രനായി അഭിനയിച്ചതിനാണ്. ആ സിനിമ ഇന്നലെയാണത്രെ പുള്ളിക്കാരൻ കണ്ടത്. അതിന്റെ തിരക്കഥയും നന്നായിരിക്കുന്നു എന്നുപറഞ്ഞു. ഇനിയും അത്തരം സിനിമകൾ നമ്മൾ ചെയ്യണം എന്ന് ആശംസിക്കുകയും ചെയ്തു."

"അവന്റെ അഡ്രസ്സൊന്നു തന്നേ. അഭിനന്ദനം എനിക്ക് നേരിട്ടുപോയി കേൾക്കാനാണ്."

എന്റെ അതേ മാനസികാവസ്ഥയായിരുന്നു ശ്രീനിക്കും. പക്ഷേ, പിന്നീടോർത്തപ്പോൾ തമാശയാണ് തോന്നിയത്. ഒരിക്കലും അഭിനന്ദിക്കാതിരിക്കുന്നതിനേക്കാൾ നല്ലതല്ലേ വൈകിയാണെങ്കിലും പറയുന്നത്. ഈ കഥ ഒരു മുൻകൂർ ജാമ്യമായി ഞാനീയിടെ ഉപയോഗിക്കുകയും ചെയ്തു.

സുഭാഷ് ചന്ദ്രന്റെ 'മനുഷ്യന് ഒരാമുഖം' എന്ന നോവൽ മാതൃഭൂമി ആഴ്ചപ്പതിപ്പിൽ പ്രസിദ്ധീകരിച്ചുവന്നപ്പോൾ ചില അധ്യായങ്ങളൊക്കെ വായിച്ചിരുന്നു. അതുകൊണ്ടുതന്നെ ആ നോവൽ വായിച്ചു കഴിഞ്ഞു എന്നായിരുന്നു എന്റെ ധാരണ.

'എന്നും എപ്പോഴും' കഴിഞ്ഞുള്ള വിശ്രമകാലത്താണ് പുസ്തകരൂപത്തിൽ വായിക്കുന്നത്. ഒരുമിച്ചു വായിച്ചപ്പോഴാണ് ആ നോവലിന്റെ സൗന്ദര്യം മുഴുവൻ ആസ്വദിച്ചതും. പക്ഷേ, എങ്ങനെ വിളിച്ച് അഭിനന്ദിക്കും? രണ്ടായിരത്തിപത്തിൽ പുറത്തിറങ്ങിയ നോവലാണ്. കേന്ദ്ര സാഹിത്യ അക്കാദമി അവാർഡും ഓടക്കുഴൽ അവാർഡും വയലാർ അവാർഡുമൊക്കെ അത് നേടിക്കഴിഞ്ഞിരുന്നു. പക്ഷേ, ജിതേന്ദ്രന്റെ കുറിപ്പുകളിലൂടെ രൂപം കൊള്ളുന്ന ഒരു വിസ്മയലോകം. അതിനെ അഭിനന്ദിക്കാതിരിക്കാനും വയ്യ.

സുഭാഷ്ചന്ദ്രനെ വിളിച്ച്, ഞാനാദ്യം 'സന്മനസ്സുള്ളവർക്കു സമാധാന'ത്തിനു കിട്ടിയ അഭിനന്ദനത്തിന്റെ കാര്യം പറഞ്ഞു. ഇത് മുപ്പതു വർഷമൊന്നുമായിട്ടില്ലല്ലോ. അഞ്ചു വർഷം ഒരു വലിയ കാലയളവായി കരുതേണ്ടതില്ല. സുഭാഷ്ചന്ദ്രന് അത് മനസ്സിലാവുകയും അദ്ദേഹമത് ആസ്വദിക്കുകയും ചെയ്തു. അനുബന്ധമായി മറ്റൊരു അനുഭവം കൂടി പറഞ്ഞാലേ വൈകിയെത്തുന്ന ഈ വസന്തങ്ങളുടെ കഥ പൂർണമാകൂ.

സിനിമയിൽ, അത്യാവശ്യം വായിക്കുന്ന കൂട്ടത്തിലാണ് ഞാനെന്ന് പലരും തെറ്റിദ്ധരിച്ചിട്ടുണ്ട്. ഞാനത്ര വലിയ വായനക്കാരനൊന്നുമല്ല. പണ്ടു തുടങ്ങിയ ശീലം കൈവിട്ടിട്ടില്ല എന്നേയുള്ളൂ. വായിക്കണം എന്നു കരുതി എടുത്തുവെക്കുന്ന പുസ്തകങ്ങളിൽ പകുതിപോലും വായിച്ചു തീർക്കാറില്ല. എങ്കിലും തീർച്ചയായും വായിക്കണം എന്നുതോന്നുന്ന പുസ്തകങ്ങളും പ്രസിദ്ധീകരണങ്ങളും എപ്പോഴും എന്റെ ബ്രീഫ്കേസിൽ എടുത്തുവെയ്ക്കും. എല്ലാ യാത്രകളിലും അത് കൂടെയുണ്ടാകും. ജോലി

ക്കിടയിൽ വീണുകിട്ടുന്ന സമയത്തോ, ഹോട്ടലിൽ തനിച്ചാകുമ്പോഴോ വായിക്കാം എന്നാണ് പ്രതീക്ഷ. അങ്ങനെ കരുതിവെച്ച ഒരു 'ഇന്ത്യാ ടുഡേ വാർഷികപ്പതിപ്പ്' ഒരു രാത്രി പുറത്തെടുക്കുന്നു. ഷൊർണൂർ ഗസ്റ്റ് ഹൗസിലെ ആറാം നമ്പർ മുറിയാണ് ലൊക്കേഷൻ. ഏതോ സിനിമയുടെ കഥ ആലോചിക്കാൻ വന്നതാണ്. ഉറങ്ങുന്നതിനുമുമ്പ് എന്തെങ്കിലും വായിക്കാം എന്നേ കരുതിയുള്ളൂ. കണ്ണിൽ തടഞ്ഞത് സി.വി. ബാലകൃഷ്ണന്റെ 'പരിമളപർവ്വതം' എന്ന നോവലെറ്റാണ്. ഒരു സിനിമ കാണും പോലെ വായിച്ചുപോകാവുന്നതാണ് ബാലകൃഷ്ണന്റെ രചനകൾ. ലളിതവും സുന്ദരവുമാണ് ഭാഷ. വായിച്ചുവായിച്ച് ഒറ്റയിരുപ്പിന് ഞാനാ നോവലെറ്റ് തീർത്തു. സമയം ഏതാണ്ട് രണ്ടു മണിയോടടുത്തിരുന്നു. എനിക്ക് അപ്പോൾ തന്നെ ബാലകൃഷ്ണനെ വിളിച്ച് അഭിനന്ദിക്കണം എന്നു തോന്നി.

എന്റെ അടുത്ത സുഹൃത്താണ്. രണ്ട് സിനിമകളിൽ ഒരുമിച്ച് പ്രവർത്തിച്ചിട്ടുള്ളതാണ്. ഒന്നുമില്ലെങ്കിലും അഭിനന്ദിക്കാനല്ലേ, സമയമൊന്നും പ്രശ്നമാക്കേണ്ടതില്ല. ഒരുപാട് നേരം റിങ് ചെയ്തതിനുശേഷമാണ് ബാലകൃഷ്ണൻ ഫോൺ എടുത്തത്. നല്ല ഉറക്കത്തിലായിരിക്കും.

"ഉറക്കത്തിൽനിന്ന് വിളിച്ചുണർത്തിയതിൽ വിഷമമൊക്കെയുണ്ട്." ഞാൻ പറഞ്ഞു.

"പക്ഷേ, പറയാതിരിക്കാൻ നിവൃത്തിയില്ല. പുതിയ ഇന്ത്യാടുഡേയിലെ നോവൽ, ദേ - ഇപ്പോൾ വായിച്ചു കഴിഞ്ഞതേയുള്ളൂ. പരിമളപർവ്വതം. മനോഹരമായിട്ടുണ്ട്." ഉറക്കച്ചടവോടെ ബാലകൃഷ്ണൻ പറഞ്ഞു– "അത് കഴിഞ്ഞ വർഷത്തെ വാർഷികപ്പതിപ്പാണ്. പുതിയത് പുറത്തിറങ്ങി. അതിൽ ഞാനെഴുതിയിട്ടുമില്ല.

എനിക്ക് പെട്ടെന്ന് വാക്കുകളില്ലാതായി. വായിക്കാത്ത പുസ്തകങ്ങളും പ്രസിദ്ധീകരണങ്ങളുംകൊണ്ട് ഞാൻ നടക്കാൻ തുടങ്ങിയിട്ട് കൊല്ലം ഒന്നു കഴിഞ്ഞോ?

"എന്നാൽ പിന്നെ നമുക്കു നാളെ സംസാരിക്കാം" എന്നുപറഞ്ഞ് ഫോൺ വെക്കാൻ തുടങ്ങിയെങ്കിലും ബാലകൃഷ്ണൻ സമ്മതിച്ചില്ല. പരിമളപർവതത്തെപ്പറ്റിയും അതെഴുതാനുണ്ടായ സാഹചര്യത്തെപ്പറ്റിയുമൊക്കെ ഏറെ നേരം സംസാരിച്ചു. വൈകിയാണെങ്കിലും അതു വായിച്ച ഉടനെ വിളിച്ചത് ബാലകൃഷ്ണനെ സന്തോഷിപ്പിച്ചു എന്നെനിക്ക് മനസ്സിലായി.

ഗുണപാഠം ഇതാണ്: 'അഭിനന്ദനങ്ങൾക്ക് കാലത്തിന്റെ പരിഗണന ആവശ്യമില്ല.'

വിശ്വാസം അതല്ലല്ലോ എല്ലാം

എന്റെ സുഹൃത്ത് ഉണ്ണി. കെ. വാരിയരുടെ മകൾ വാണി അന്ന് അക്ഷരങ്ങൾ കൂട്ടിവായിക്കാൻ തുടങ്ങിയിട്ടേയുള്ളൂ. ഒരിക്കൽ ഗുരുവായൂരപ്പനെ തൊഴുത് തൃശ്ശൂർക്കുള്ള മടക്കയാത്രയിൽ കാറിലിരുന്ന് പുറത്തെ ചുമരെഴുത്തുകളും ബോർഡുകളും വായിച്ചു രസിക്കുന്നതിനിടെ പെട്ടെന്നവൾ ഭീതിയോടെ പറഞ്ഞു-

"അച്ഛാ, വണ്ടി നിർത്ത്"

ഉണ്ണി സഡൻ ബ്രേക്കിട്ട് കാർ നിർത്തി.

"നമ്മളിനി എവിടെ താമസിക്കും അച്ഛാ?"

ഉണ്ണിക്ക് കാര്യം പിടികിട്ടിയില്ല. പുറത്തെ ഒരു പറമ്പിൽ കുറ്റിയടിച്ചു നിർത്തിയ ബോർഡിലെ വരികൾ അവൾ അച്ഛന് കാണിച്ചുകൊടുത്തു.

അതിൽ 'ഭൂമി വില്പനയ്ക്ക്' എന്ന് എഴുതിയിട്ടുണ്ടായിരുന്നു.

"ഭൂമിയിലല്ലേ നമ്മൾ ജീവിക്കുന്നത് അത് വിറ്റുപോയാൽ പിന്നെ നമ്മൾ ചന്ദ്രനിലേക്കോ ചൊവ്വയിലേക്കോ താമസം മാറ്റേണ്ടിവരുമോ?"- അതാണവളുടെ സംശയം.

അന്ന് അടൂർ പ്രകാശല്ല റവന്യൂമന്ത്രി. കേരളമല്ല ഭൂമി തന്നെയാണ് വില്പനയ്ക്ക് വെച്ചിരിക്കുന്നതും.

പൊട്ടിച്ചിരിച്ചുകൊണ്ട് ഉണ്ണി അവളെ സമാധാനിപ്പിച്ചു-

"മോള് പേടിക്കേണ്ട. ആ കാണുന്ന പറമ്പു മാത്രമാണ് വില്പനയ്ക്കു വെച്ചിരിക്കുന്നത്. ഭൂമി എന്നതിന് ഈ ഭൂഗോളമെന്ന് അർത്ഥമാക്കേണ്ട.

കേട്ടപ്പോൾ എനിക്ക് അതിശയം തോന്നി. നമ്മളൊക്കെ എത്രയോ സ്ഥലങ്ങളിൽ എത്രയോ പ്രാവശ്യം 'ഭൂമി വില്പനയ്ക്ക്' എന്ന ബോർഡ് കണ്ടിരിക്കുന്നു! ഇങ്ങനെ ഒരു ചിന്ത പോയിട്ടേ ഇല്ല.

'വിശ്വാസം-അതല്ലേ എല്ലാം' എന്ന പരസ്യവാചകം എത്ര തവണ കേട്ടാലും

'വിശ്വാസം-അതല്ലല്ലോ എല്ലാം' എന്നേ വാണി പറയൂ. ഞാൻ ഉണ്ണിയോടു പറഞ്ഞു-അവളെ തിരുത്തേണ്ട ആവശ്യമില്ല. വിശാലമായി ചിന്തിച്ചാൽ അവൾ പറയുന്നതാണ് ശരി. വിശ്വാസം-അതല്ലല്ലോ എല്ലാം. തിരഞ്ഞെടുപ്പു കാലമായതുകൊണ്ട് രാഷ്ട്രീയമായിത്തന്നെ വിലയിരുത്തി നോക്കൂ-

ഒരു വിശ്വാസത്തിന്റെ പുറത്താണ് എൽ.ഡി.എഫിനേയും യു.ഡി. എഫിനേയും മാറിമാറി നമ്മൾ അധികാരമേല്പിക്കുന്നത്. എന്നിട്ടോ! എന്നെങ്കിലും ആ വിശ്വാസം തെറ്റിയിട്ടില്ലെന്ന് ബോധ്യപ്പെടുത്താൻ ഈ മുന്നണികൾക്കായിട്ടുണ്ടോ? ഡൽഹിയിൽ ഒരു ഭരണമാറ്റമുണ്ടായപ്പോഴും നമ്മൾ വിശ്വസിച്ചു- 'ഇനിയെല്ലാം ശരിയാകും.'

പൂന ഫിലിം ഇൻസ്റ്റിറ്റ്യൂട്ടിലെയും ജെ.എൻ.യു.വിലെയും വിദ്യാർത്ഥികളോട് ചോദിച്ചുനോക്കൂ. ഒന്നും ശരിയായിട്ടില്ല എന്നവർ പറയും. അംബാനിക്കും അദാനിക്കും എതിരഭിപ്രായമുണ്ടായേക്കാം. സാധാരണക്കാർക്ക് ഇനിയും 'നല്ല ദിവസം' വന്നിട്ടില്ല.

കാവിയുടുത്ത ചില സന്ന്യാസിമാർ പാർലമെന്റ് മന്ദിരത്തിന്റെ ഇടനാഴികളിൽ നിന്ന് അഹങ്കാരത്തോടെ വീരവാദം മുഴക്കുമ്പോൾ, വിമർശിക്കുന്നവർ ഇന്ത്യവിടണം എന്നും ചിലർ ആക്രോശിക്കുമ്പോൾ സത്യത്തിൽ ഭയം തോന്നുന്നില്ലേ? അപ്പോൾ വാണി പറയുന്നതാണ് സത്യം.

വിശ്വാസം - അതല്ലല്ലോ എല്ലാം!

പറയാൻ തുടങ്ങിയ വിഷയം ഇതൊന്നുമല്ല. എന്റെ അനുഭവത്തിലെ ചില വിശ്വാസങ്ങളെക്കുറിച്ചാണ്. സിനിമയായതുകൊണ്ട് അന്ധവിശ്വാസം എന്നു വേണമെങ്കിൽ പറയാം. ജാതകം, സമയം, മുഹൂർത്തം - ഇതിലൊക്കെയുള്ള വിശ്വാസം.

പെൻഡുലം പോലെ ആടിക്കൊണ്ടിരിക്കുകയാണ് മനസ്. 'വിശ്വസിക്കണോ വേണ്ടയോ?'

ഒരിടത്ത് ഉറച്ചുനിൽക്കാൻ ഇപ്പോഴും പറ്റിയിട്ടില്ല.

ചിലപ്പോൾ തോന്നും, ആളുകൾ പറയുന്നത് ശരിയാണ്. സമയം - സമയദോഷം. ഇതൊക്കെ നോക്കി വേണം കാര്യങ്ങൾ നടത്താൻ. മറ്റു ചിലപ്പോൾ തോന്നും; അതിലൊന്നും ഒരു അർഥവുമില്ല. ശരി എന്ന് തോന്നുന്ന കാര്യങ്ങൾ പറ്റുന്ന സമയത്തങ്ങ് ചെയ്യുക. രണ്ട് വിശ്വാസങ്ങൾക്കും ഉദാഹരണങ്ങൾ നിരവധിയുണ്ടുതാനും.

പണ്ട് എട്ടാം ക്ലാസ്സിൽ പഠിക്കുമ്പോൾ, അച്ഛന്റെ സുഹൃത്തായ ഒരു ബാലകൃഷ്ണപ്പണിക്കർ വീട്ടിൽ വന്നു. ചേച്ചിക്ക് കല്യാണാലോചന നടക്കുന്ന സമയമാണ്. അക്കാര്യങ്ങളൊക്കെ നോക്കിയതിനുശേഷം പണിക്കർ തിരിച്ചുപോകും മുമ്പ് അമ്മ എന്റെ ജാതകം കൊണ്ടുക്കൊടുത്തു.

പാഠപുസ്തകങ്ങളേക്കാൾ കൂടുതൽ മറ്റു പുസ്തകങ്ങൾ വായിക്കുകയും അതുകൊണ്ടുതന്നെ പരീക്ഷകളിൽ മാർക്ക് കുറയുകയും ചെയ്യുന്ന കാലമാണ്. കള്ളത്തരങ്ങൾ കണ്ടുപിടിച്ചാലോ എന്നു പേടിച്ച് ഞാൻ മുറിയിലേക്ക് വലിഞ്ഞു. പക്ഷേ, പുറത്തെ സംസാരം കേൾക്കാം. ജാതകം ഒന്ന് ഓടിച്ചു നോക്കി പണിക്കർ പറയുന്നു.

“ഇവൻ ഇവിടെയൊന്നും നിൽക്കില്ല. പത്തൊമ്പതാം വയസ്സിൽ നാടുവിടും. എങ്ങനെയാണെന്നൊന്നും വ്യക്തമല്ല. പ്രസിദ്ധി നേടാനാണ് യോഗം. പിൽക്കാലത്ത് ഇവന്റെ അമ്മ, ഇവന്റെ അച്ഛൻ - അങ്ങനെയാണ് നിങ്ങൾ അറിയപ്പെടുക.”

അച്ഛൻ ഉറക്കെ ചിരിച്ചു.

“സന്ധ്യ കഴിഞ്ഞാൽ പുറത്തിറങ്ങാൻ പേടിയുള്ള ആളാണ്. ഈ വീടും നാടും വിട്ട് അവനൊരിടത്തേക്കും പോകില്ല എന്ന് എനിക്ക് ഉറപ്പാണ്. പിന്നെ പ്രസിദ്ധിയുടെ കാര്യം. അതിപ്പോൾ കക്കാനിറങ്ങിയാലും മതിയല്ലോ; പേരു കിട്ടും.”

പണിക്കർ ചിരിച്ചുകൊണ്ട് നിഷേധിച്ചു. പിന്നെയൊന്നും കേൾക്കാൻ ഞാൻ നിന്നില്ല. പിൻവാതിലിലൂടെ പുറത്തിറങ്ങി സ്ഥലംവിട്ടു. പിന്നീട് ഡോക്ടർ ബാലകൃഷ്ണന്റെ കത്തിന്റെ ബലത്തിൽ സംവിധാനം പഠിക്കാനായി മദ്രാസിലേക്കു പുറപ്പെടുമ്പോൾ തീവണ്ടിയിലിരുന്ന് ഞാൻ അറിയാതെ ഓർത്തുപോയി; പണിക്കർ പറഞ്ഞ ഒരു കാര്യം സത്യമായല്ലോ എന്ന്. എനിക്കന്ന് പത്തൊമ്പത് വയസ്സ് തികഞ്ഞിട്ടേ ഉണ്ടായിരുന്നുള്ളൂ. സംവിധായകനായതിനുശേഷം രണ്ടാമതു പറഞ്ഞതും സത്യമായി.

അപ്പോൾ മുൻകൂട്ടിയുള്ള പ്രവചനങ്ങളിൽ വിശ്വസിക്കേണ്ടതല്ലേ? പക്ഷേ, കണ്ണിന്റെ മുമ്പിൽ വേറെയും പ്രവചനങ്ങളുണ്ടല്ലോ-ജയറാം നേരിട്ട് പറഞ്ഞിട്ടുള്ളതാണ്. പാർവതിയെ കല്യാണം കഴിക്കാൻ തീരുമാനിച്ചപ്പോൾ ജാതകം നോക്കണമെന്നായി വീട്ടുകാർ. ഏതു ജ്യോത്സ്യൻ നോക്കിയാലും ജാതകം ചേരില്ല. ഇവർ തമ്മിൽ ഒരിക്കലും യോജിക്കില്ലാന്ന് ചിലർ. കല്യാണമേ നടക്കില്ലെന്ന് വേറെ ചിലർ. അഥവാ നടന്നാൽ തന്നെ ആറുമാസത്തിൽ കൂടുതൽ ഒന്നിച്ച് ജീവിക്കില്ലെന്ന് വേറെ ചിലർ. മനസ്സിന്റെ പൊരുത്തം ഇതിനൊക്കെ അപ്പുറത്താണല്ലോ. ഒരു ജ്യോതിഷിയുടെയും ഉപദേശത്തിനു കാത്തുനിൽക്കാതെ ജയറാം പാർവതിയുടെ കഴുത്തിൽ താലികെട്ടി. വർഷങ്ങളെത്ര കഴിഞ്ഞു! അവരുടെ മകൻ കാളിദാസൻ ഇന്ന് തമിഴ് സിനിമയിലെ ഏറ്റവും പ്രതീക്ഷയുള്ള നായകനാണ്. ഇരുപതിലേറെ ചിത്രങ്ങൾ ഞാനും ജയറാമും ഒന്നിച്ചു ചെയ്തിട്ടുണ്ട്. ആ കുടുംബത്തിനെ വളരെ അടുത്തറിയാം. ഇത്രയും സ്നേഹത്തോടെയും സംതൃപ്തിയോടെയും ജീവിക്കുന്ന ദമ്പതിമാർ സിനിമയിൽ വളരെ കൂടുതലില്ല. അപ്പോൾ ഏതാണ് ശരി?

പെൻഡുലം വീണ്ടും ആടുന്നു-വിശ്വസിക്കണോ വേണ്ടയോ?

'ടി.പി. ബാലഗോപാലൻ എം.എ.' എന്ന സിനിമയുടെ ചിത്രീകരണം തുടങ്ങുന്ന ദിവസം. പ്രശസ്ത നടനായിരുന്ന ടി.കെ. ബാലചന്ദ്രനാണ് നിർമാതാവ്. മോഹൻലാലിന് കഥാപാത്രത്തെക്കുറിച്ച് വിവരിച്ച് കൊടുത്ത് റിഹേഴ്സലൊക്കെ ചെയ്തു കഴിഞ്ഞ് റെഡിയായി വന്നപ്പോഴേക്കും രാഹുകാലം തുടങ്ങി. വിപിൻ മോഹനാണ് ക്യാമറാമാൻ. എന്നോടൊപ്പം വിപിൻ ആദ്യമായി ചെയ്യുന്ന സിനിമയാണ്.

രാഹുകാലം കഴിഞ്ഞിട്ടു തുടങ്ങിയാൽ പോരെ എന്ന് വിപിൻ ചോദിച്ചു.

ഒരു സീൻ എടുത്തു തീർക്കാനുള്ള സമയമാണ് പോവുക. ഞാനാകെ വിഷമത്തിലായി. പ്രൊഡക്ഷൻ യൂണിറ്റിലുള്ള പലരും പറഞ്ഞു– "രാഹുകാലത്ത് തുടങ്ങരുത്. അങ്ങനെ തുടങ്ങിയ പല പടങ്ങളും പാതിയിൽ വെച്ച് മുടങ്ങിപ്പോയിട്ടുണ്ട്. പൂർത്തിയായവ പരാജ യപ്പെട്ടിട്ടുണ്ട്."

ഇന്നത്തെപ്പോലെയല്ല. വളരെ വേഗം സിനിമകൾ ചിത്രീകരിക്കുന്ന കാലമാണ്. ഒരു ദിവസംതന്നെ ഏഴോ എട്ടോ സീനുകൾ തീർക്കും. ഇരുപതു ദിവസത്തിനുള്ളിൽ പടം തീർക്കും. ഗാന്ധിനഗറും സന്മനസ്സും വരവേല്പും നാടോടിക്കാറ്റുമൊക്കെ അങ്ങനെ വേഗത്തിലെടുത്ത സിനി മകളാണ്. കിട്ടുന്ന സ്ഥലത്ത് കിട്ടുന്ന ലൈറ്റിൽ വെച്ച് ഷൂട്ട് ചെയ്യും. അതുകൊണ്ടുതന്നെ 'രാഹുകാല'ത്തിന്റെ പേരിൽ നല്ല തെളിഞ്ഞ പകൽ നഷ്ടപ്പെടുത്താൻ തോന്നിയില്ല.

ടി.കെ.ബി. പറഞ്ഞു–

"എനിക്കിതിലൊന്നും വിശ്വാസമില്ല. സത്യന്റെ ഇഷ്ടം."

രണ്ടും കല്പിച്ച് രാഹുകാലത്തുതന്നെ 'ബാലഗോപാലൻ' തുടങ്ങി. എല്ലാ നിലയിലും എനിക്ക് സന്തോഷം നൽകിയ ചിത്രമായിരുന്നു അത്. ഒരു തടസ്സവുമില്ലാതെ ഷൂട്ടിങ് തീർന്നു. തിയേറ്ററിൽ നല്ല വിജയമായി. മോഹൻലാലിന് മികച്ച നടനുള്ള ആദ്യത്തെ സംസ്ഥാന അവാർഡ് കിട്ടി. മികച്ച കഥയ്ക്കുള്ള അവാർഡും ബാലഗോപാലനായിരുന്നു. ഞാനും ശ്രീനിവാസനും മോഹൻലാലുമായുള്ള കൂട്ടുകെട്ട് രൂപംകൊണ്ടതുതന്നെ ആ ചിത്രത്തിലൂടെയായിരുന്നു. അടുത്ത മുപ്പതോളം സിനിമകളിൽ വിപിൻമോഹൻ എന്നോടൊപ്പം പ്രവർത്തിച്ചു. അപ്പോൾ രാഹുകാലത്തിൽ വിശ്വസിക്കേണ്ടതുണ്ടോ? സംശയമായി!

'ഗാന്ധിനഗർ സെക്കൻഡ് സ്ട്രീറ്റ്' എന്ന സിനിമയുടെ ഷൂട്ടിങ് കോഴിക്കോട് വെച്ചായിരുന്നു. നല്ല ദിവസവും സമയവുമൊക്കെ നോക്കി യാണ് പൂജാഷോട്ട് എടുത്തത്. സുകുമാരിയും കാർത്തികയും ആദ്യ ദിവസം അഭിനയിച്ചു. പിറ്റേന്ന് ഷൂട്ട് ചെയ്യണമെങ്കിൽ മോഹൻലാൽ വരണം. ലാൽ എത്തിയിട്ടില്ല. സ്ഥലത്തുള്ളവരെ വെച്ച് എടുക്കാമെന്നു

വെച്ചാൽ അതിനുള്ള സീൻ എഴുതിയിട്ടുമില്ല. ഞാനും ശ്രീനിവാസനും കൂടി ആലോചിച്ചു-

എന്തുചെയ്യാം? ഒടുവിൽ അന്ന് ഷൂട്ടിങ് വേണ്ട എന്നു തീരുമാനിച്ചു. അപ്പോൾ നിർമാതാക്കളിൽ ഒരാളായ സീമ വിളിക്കുന്നു.

"സത്യേട്ടാ പൂജ കഴിഞ്ഞ് രണ്ടാമത്തെ ദിവസം ഷൂട്ടിങ് മുടങ്ങരുത്. ഐശ്വര്യക്കേടാണ്. അഭിനയിക്കാൻ ആളില്ലെങ്കിൽ വല്ല പൂക്കളുടെയോ തുമ്പിയുടെയോ മേഘത്തിന്റെയോ-എന്തെങ്കിലും ഷോട്ട് എടുത്താൽ മതി."

അത് ദൈവത്തിനെ പറ്റിക്കലല്ലേ എന്ന് ഞാൻ ചോദിച്ചു. ദൈവത്തിനറിയാം അന്ന് ഷൂട്ട് ചെയ്യാൻ ആർട്ടിസ്റ്റും സീനുമൊന്നുമില്ലെന്ന്. പിന്നെ എന്തിനാണൊരു നാടകം? സീമയോട് 'നോക്കട്ടെ' എന്നു പറഞ്ഞ് ഫോൺ വെച്ചു. ഷൂട്ടിങ് നടന്നില്ല. മൂന്നാം ദിവസം മുതലാണ് പിന്നെ തുടങ്ങിയത്. മാത്രവുമല്ല, ജ്യോത്സ്യൻ കുറിച്ചുതന്ന മുഹൂർത്തത്തിലെടുത്ത ആ രംഗം ഫൈനൽ എഡിറ്റിങ്ങിൽ കട്ട് ചെയ്ത് കളയുകയും ചെയ്തു.

പക്ഷേ, റിലീസ് ചെയ്തപ്പോൾ ആ സമയത്തെ ഏറ്റവും ഐശ്വര്യമുള്ള സിനിമയായി മാറി ഗാന്ധിനഗർ.

കാര്യങ്ങൾ ഇങ്ങനെയൊക്കെയാണെങ്കിലും എന്നെ ഞെട്ടിച്ച ഒരനുഭവമുണ്ട്. കുറച്ചു കൊല്ലം മുമ്പാണ്. രാവിലെ എഴുന്നേറ്റ ഉടനെ നടക്കാൻ പോകുന്ന ശീലമുണ്ടായിരുന്നു. അന്തിക്കാട്ട് എന്റെ തന്നെ ഒരു കൃഷിസ്ഥലമുണ്ട്. കപ്പയും വാഴയും ചേമ്പും ചേനയുമൊക്കെ കൃഷി ചെയ്യുന്ന സ്ഥലം.

കുളവും ഇടത്തോടുമൊക്കെയുള്ള വിശാലമായ പറമ്പാണ്. കമ്പിവേലി കെട്ടി, ഗേറ്റൊക്കെ വെച്ച്-ഒരു സ്വകാര്യ ഇടം. അതിനുള്ളിലാണ് നടത്തം. ഇടയ്ക്ക് കുറച്ച് കൃഷിപ്പണിയുമുണ്ടാകും.

വീട്ടിൽ നിന്ന് സൈക്കിളിലാണ് വരിക. ഒരു ദിവസം സൈക്കിൾ ഗേറ്റിൽ വെച്ച്, തോടിന്റെ വക്കിലൂടെ നടക്കുകയാണ്. നേരം വെളുത്തു തുടങ്ങിയിട്ടേയുള്ളൂ. മകര മാസമാവണം. ചെറിയൊരു മൂടൽമഞ്ഞുണ്ട്. നടത്തത്തിനിടയിൽ മുഖത്തൊരു എട്ടുകാലിവല തടഞ്ഞു. തലേന്നു രാത്രിയിലെ മഞ്ഞുതുള്ളികളുടെ തണുപ്പുണ്ടായിരുന്നു, അതിന്. പെട്ടെന്നത് തട്ടിനീക്കിയപ്പോൾ കാൽ തെറ്റി തോട്ടിലേക്കൊരു വീഴ്ച! കമിഴ്ന്നടിച്ച് മനോഹരമായി വീണു. അടുത്തൊന്നും ഒരാളില്ല. സഹായത്തിനായി നിലവിളിച്ചാൽപോലും ആരും കേൾക്കില്ല.

ഒരു വിധത്തിൽ ഞാനെഴുന്നേറ്റു. ഒടിവും ചതവുമൊന്നും പറ്റിയിട്ടില്ല. മണലായതുകൊണ്ടു രക്ഷപ്പെട്ടതാണ്. കാലിലും കൈയിലുമൊക്കെ തൊലി പോയി ചെറുതായി ചോര പൊടിയുന്നുണ്ട്. പെട്ടെന്നുതന്നെ സൈക്കിളെടുത്ത് ഞാൻ വീട്ടിലേക്കു പറന്നു.

വന്നുകയറുമ്പോൾ വീട്ടിലെ ഫോൺ അടിച്ചുകൊണ്ടേയിരിക്കുന്നു.

ക്യാമറാമാൻ വിപിൻ മോഹനാണ്.

"ഉറക്കമാണോ? മണി ഏഴാകാറായി."

"ഉറക്കമൊന്നുമല്ല. എന്താ ഇത്ര രാവിലെ?"

"ഇന്ന് തന്റെ ശനിദശ തീരുന്ന ദിവസമാണ് കേട്ടോ."

വിപിന് എന്റെ നാളും ഗ്രഹനിലയുമൊക്കെ അറിയാം. ജ്യോതിഷത്തിൽ അല്പം താത്പര്യവുമുണ്ട്.

"ഇനിമുതൽ നല്ല സമയമാണ്. ഇന്നത്തെ ദിവസം മാത്രമൊന്ന് സൂക്ഷിച്ചേക്കണം. ചിലപ്പോൾ ഒന്നുവീഴാനുള്ള സാധ്യതയുണ്ട്."

ഞാൻ ഞെട്ടിപ്പോയി. ഇതെന്ത് അദ്ഭുതം?

"സാധ്യതയല്ല, ഞാൻ വീണു കഴിഞ്ഞു."

ഇപ്പോൾ അദ്ഭുതപ്പെട്ടത് വിപിനാണ്. കാര്യമായൊന്നും പറ്റിയില്ലെന്നറിഞ്ഞപ്പോൾ കൂട്ടച്ചിരിയായി. ചിരികേട്ട് പുറത്തുവന്ന നിമ്മിയോട് ഞാൻ പറഞ്ഞു-

"വീണത് എന്റെ ശ്രദ്ധകുറവുകൊണ്ടല്ല കേട്ടോ. ഇന്ന് വീഴാനുള്ള യോഗമുണ്ടായിരുന്നു."

മനസ് എന്ന പെൻഡുലം ആടിക്കൊണ്ടേയിരിക്കുന്നു. ഏതാണ് ശരി?

അല്ലെങ്കിലും, "വിശ്വാസം-അതല്ലല്ലോ എല്ലാം."

പാറകൾ സ്വയം പണിയ്യുന്നവർ

എഴുതാനിരുന്നപ്പോൾ, കുറച്ചു 'കള്ളപ്പേരു'കൾ കണ്ടുപിടിക്കണമല്ലോ എന്നാണ് ആദ്യം ചിന്തിച്ചത്. പറയാനുദ്ദേശിക്കുന്ന വിഷയത്തിലെ ചില കഥാപാത്രങ്ങൾക്കുവേണ്ടിയാണ്. യഥാർഥ പേരിട്ടാൽ അവർക്കും അവരെ പരിചയമുള്ളവർക്കും വിഷമം തോന്നും. തികച്ചും നിർദോഷ മായ സംഭവങ്ങളാണ്. അതിലെ നർമം മാത്രമേ നമ്മൾ കാണേണ്ടതുള്ളൂ.

ആദ്യത്തെ കഥാപാത്രത്തിന് അനിരുദ്ധൻ എന്ന് പേരുകൊടുക്കുന്നു. കഥ നടക്കുമ്പോൾ അനിരുദ്ധൻ ഒരു സർക്കാർ സ്കൂളിൽ പഠിപ്പിക്കുക യാണ്. നല്ല കവിതകളെഴുതും. അക്കാലത്ത് ചില സിനിമകളിൽ പാട്ടും എഴുതിയിട്ടുണ്ട്. കുറച്ചേ എഴുതിയിട്ടുള്ളൂവെങ്കിലും എഴുതിയ പാട്ടുകൾ മനോഹരമാണ്. കാവ്യഭംഗിയും പദസൗന്ദര്യവും നിറഞ്ഞവ.

എന്നിട്ടും അനിരുദ്ധൻ തിരക്കുള്ള ഗാനരചയിതാവായില്ല. അതെന്തു കൊണ്ട് എന്ന് ഞാനും ആലോചിച്ചുനോക്കിയിട്ടുണ്ട്. സിനിമയിൽ കഴിവു മാത്രമല്ല ഭാഗ്യവും വേണമെന്നാണല്ലോ പറയാറ്. ആ വിശ്വാസപ്രമാണ ത്തിലാണ് പലരും ആശ്വാസം കണ്ടെത്താറുള്ളത്. ഇതും അങ്ങനെ ത്തന്നെ ആയിരിക്കും എന്ന് ന്യായമായും വിശ്വസിച്ചു.

'തൂവൽകൊട്ടാരം'എന്ന സിനിമയുടെ തിരക്കഥാചർച്ചയുടെ കാല മാണ്. ഷൊർണ്ണൂരിൽ ലോഹിതദാസിന്റെ വാടകവീട്ടിൽ ഞാനും ലോഹിയും കുളിച്ചുണ്ട് താമസിക്കുന്ന കാലം. കഥ രൂപപ്പെട്ടിട്ടുണ്ട്. ജയറാമാണ് നായകൻ. സുകന്യയും മഞ്ജു വാരിയരും നായികമാർ. മഞ്ജുവിന്റെ രണ്ടാമത്തെ സിനിമയാണ്. ഗുരുനാഥനായ ലോഹിതദാസും ഞാനും ചേർന്നൊരുക്കുന്ന ചിത്രമായതുകൊണ്ട് മഞ്ജുവും അവരുടെ വീട്ടുകാരുമൊക്കെ സന്തോഷത്തിലായിരുന്നു. മാത്രമല്ല പ്രശസ്ത നിർമാ താവായ പി.വി. ഗംഗാധരന്റെ 'ഗൃഹലക്ഷ്മി' എന്ന ബാനറും.

ലോഹിതദാസിന്റെ തിരക്കഥയെഴുത്തിനൊരു പ്രത്യേകതയുണ്ട്. ആദ്യത്തെ സീൻ മുതൽ സംഭാഷണമടക്കമാണ് എഴുതുക. തിരക്കഥ തീരുന്നതോടെ സ്ക്രിപ്റ്റ് പൂർത്തിയാകുന്നു എന്നു സാരം!

തിരക്കുപിടിച്ച എഴുത്തിനിടയിൽ ഒരു വൈകുന്നേരം അനിരുദ്ധൻ കുറെ സുഹൃത്തുക്കളുമായി വന്നുകയറുന്നു. അദ്ദേഹത്തിന്റെ നാട്ടിലെ ഒരു സാംസ്കാരിക സമ്മേളനത്തിന് അധ്യക്ഷനായി ലോഹിയെ ക്ഷണിക്കുക എന്നതാണ് ഉദ്ദേശ്യം. സിനിമ കഴിയാതെ ഒരിടത്തേക്കുമില്ല എന്ന് ലോഹി ഉറപ്പിച്ചുപറഞ്ഞതോടെ ആ വിഷയം വിട്ടു.

അനിരുദ്ധൻ സംസാരപ്രിയനാണ്. കേട്ടിരുന്നാൽ സമയം പോകുന്നത് അറിയില്ല. സരസനാണ്, ഇടയ്ക്ക് കവിതചൊല്ലും, പാട്ടു പാടും, സുന്ദരമായി പരദൂഷണം പറയും. ചില സാഹിത്യനായകന്മാരുടെ ശൈലി അതേപടി അനുകരിച്ചുകാണിക്കും. വാസ്തവത്തിൽ ആ സന്ദർശനം ഞങ്ങൾക്ക് വലിയ ആശ്വാസമായിരുന്നു. കഥയിലെ മാരമ്പപ്പള്ളി തേവരും ദേവപ്രഭയും ജയറാമിന്റെ ചെണ്ടവക്കീലും അവരുടെ പ്രശ്നങ്ങളുമൊക്കെ കുറെ നേരത്തേക്ക് ഞങ്ങൾ മറന്നു. കൂടെയുള്ളവർ തിരക്കുകൂട്ടിയപ്പോൾ വെടിവട്ടത്തിന് വേറൊരുദിവസം വരാമെന്ന് വാക്കുതന്ന് അനിരുദ്ധൻ കാറിൽ കയറി.

വണ്ടി മുറ്റത്തുനിന്ന് നീങ്ങിയ ഉടനെ ഞാൻ പറഞ്ഞു. "നമുക്ക് ഈ സിനിമയിൽ അനിരുദ്ധനെക്കൊണ്ട് പാട്ടെഴുതിച്ചാലോ?"

"ഞാനത് സത്യനോട് പറയാനിരിക്കുകയായിരുന്നു" എന്നായി ലോഹി. കൈതപ്രമാണ് ഞങ്ങളുടെ സ്ഥിരം ഗാനരചയിതാവ്. അദ്ദേഹത്തിന് പക്ഷേ, ഒരുപാട് ചിത്രങ്ങളുണ്ട്. ഒരു സിനിമയിൽ വിളിച്ചില്ലെന്നുവെച്ച് ഞങ്ങളുടെ സൗഹൃദത്തിന് ഒരു പോറലും സംഭവിക്കില്ലെന്ന് എനിക്കും ലോഹിക്കും അറിയാം. മാത്രമല്ല, ശ്രദ്ധിക്കപ്പെടേണ്ട ഗാനരചയിതാവായ അനിരുദ്ധനും അവസരംകൊടുക്കുന്നു എന്നു കേട്ടാൽ തിരുമേനി സന്തോഷിക്കുകയേ ഉള്ളൂ. അത്രയ്ക്കും ഹൃദയശുദ്ധിയുള്ള മനുഷ്യനാണ്.

തിരിച്ചുവിളിക്കാമെന്നു കരുതി ഞങ്ങൾ പുറത്തിറങ്ങിയപ്പോഴേക്കും അനിരുദ്ധന്റെ കാർ ഗേറ്റ് കടന്ന് പോയിരുന്നു. മൊബൈൽ ഫോണിന്റെ അക്രമം ആരംഭിച്ചിട്ടില്ലാത്ത കാലമാണ്. "സാരമില്ല, നാളെയോ മറ്റന്നാളോ ഇങ്ങോട്ട് വിളിക്കാമെന്ന് അനിരുദ്ധൻ പറഞ്ഞിട്ടുണ്ട്." ലോഹി പറഞ്ഞു.

എന്തായാലും ആവേശത്തോടെ ഞങ്ങളത് ഉറപ്പിച്ചു. സംഗീതം നൽകാൻ ജോൺസനോട് അടുത്ത ആഴ്ച വരാൻ പറയാം. പിറ്റേന്ന് ഒരു ബന്ധുവിന്റെ കല്യാണമുണ്ടായിരുന്നതുകൊണ്ട് രാത്രി തന്നെ ഞാൻ അന്തിക്കാട്ടേക്കു തിരിച്ചുപോന്നു. ഒരു ദിവസം വൈകിയാണ് വീണ്ടും ഷൊർണ്ണൂരിലെത്തുന്നത്.

"അനിരുദ്ധൻ വിളിച്ചോ?" ഞാൻ ചോദിച്ചു. ലോഹി പെട്ടെന്ന് പൊട്ടിച്ചിരിച്ചു. കാര്യം മനസ്സിലാവാതെ നിന്നപ്പോൾ ലോഹി പറഞ്ഞു. "നമുക്കു നമ്മുടെ കൈതപ്രം തന്നെ മതി." പിന്നീടാണ് സംഭവം- വിവരിച്ചത്. ഞങ്ങളുടെ അടുത്തുനിന്ന് തിരിച്ചുപോയ അനിരുദ്ധൻ പിറ്റേന്ന് മഞ്ജുവാരിയരെ കാണാൻ പുള്ളിലെ വീട്ടിൽ ചെന്നുവത്രെ. ഏതോ പരിചയക്കാരന്റെ സിനിമയിലഭിനയിക്കാൻ ഡേറ്റ് ചോദിച്ചാണ് ചെന്നത്. അവർ

ആവശ്യപ്പെട്ട ഡേറ്റിലാണ് തൂവൽകൊട്ടാരത്തിന്റെ ഷൂട്ടിങ്. ഞങ്ങളുടെ സിനിമ ഉപേക്ഷിക്കാൻ നിവൃത്തിയില്ലെന്ന് മഞ്ജു പറഞ്ഞു. ഒരു മണ്ട ത്തരം കേട്ടപോലെ അനിരുദ്ധൻ ചിരിച്ചു. പിന്നെ പറഞ്ഞുവത്രെ.

"സല്ലാപം രക്ഷപ്പെട്ടു. ശരിതന്നെ പക്ഷേ, രണ്ടാമത്തെ സിനിമ യുടെ വിജയത്തിലാണ് ഒരു താരത്തിന്റെ നിലനില്പ്. അതിനു പറ്റിയ സിനിമയുമായാണ് ഞങ്ങൾ വന്നിരിക്കുന്നത്. തുറന്നു പറയുന്നതു കൊണ്ട് ഒന്നും തോന്നരുത്. ഈ സത്യൻ അന്തിക്കാട് വെറും കോമഡി പടങ്ങളുടെ ഡയറക്ടറാണ്. എങ്ങനെയൊക്കെയോ പടങ്ങൾ ഓടാറുണ്ടെ ന്നേയുള്ളൂ. പ്രത്യേകിച്ച് കഴിവൊന്നുമില്ല. പിന്നെ ലോഹിതദാസാണെ ങ്കിൽ കത്തിത്തീർന്ന പടക്കവും. അറിഞ്ഞുകൊണ്ട് അബദ്ധത്തിൽ ചെന്നു ചാടണോ?"

മഞ്ജുവിന് ദേഷ്യം വരികയും അക്കാര്യം അപ്പോൾതന്നെ ലോഹിയെ വിളിച്ചുപറയുകയും ചെയ്തു.

"നമ്മളോട് താത്പര്യമില്ലാത്ത ഒരാളെ നമ്മളെന്തിനാ ബുദ്ധിമുട്ടിക്കു ന്നത്?"

"ശരിയാണ് നമുക്ക് കൈതപ്രം മതി." ഞാനും സമ്മതിച്ചു.

ഞങ്ങൾ തീരുമാനമെടുത്തതും പിന്നീടതു മാറ്റിയതും അയാൾ ഈ നിമിഷംവരെ അറിഞ്ഞിട്ടില്ല.

ഈ വിഷയത്തിന് പ്രസക്തിയേറുന്നത് മറ്റൊരു അനുഭവംകൂടി ചേർത്ത് വായിക്കുമ്പോഴാണ്. കഥാനായകൻ അനിരുദ്ധൻ തന്നെ. അനു ഭവത്തിന്റെ ക്രെഡിറ്റ് പക്ഷേ, സിദ്ദിഖ്-ലാലിലെ സിദ്ദിഖിനുള്ളതാണ്. ആലുവയ്ക്കടുത്ത് എവിടെയോ ഒരു ചടങ്ങിലാണ് സംഭവം. സിദ്ദിഖാണ് ഉദ്ഘാടകൻ. സ്റ്റേജിൽ കയറിയപ്പോഴാണ് ആശംസ പറയാനിരിക്കുന്ന വരുടെ കൂട്ടത്തിൽ അനിരുദ്ധനെ സിദ്ദിഖ് കാണുന്നത്. 'ഹിറ്റ്ല'ന്റെ ആരംഭകാലമാണെന്നാണ് ഓർമ. സ്ക്രിപ്റ്റിന്റെ ജോലികൾ കഴിഞ്ഞ് പാട്ടുകൾ റെക്കോഡു ചെയ്യുന്നതിന്റെ തൊട്ടുമുമ്പാണ് അനിരുദ്ധനെ കണ്ടതും സിദ്ദിഖിന്റെ മനസ്സിലും 'ലഡു പൊട്ടി'. ഇങ്ങനെ ഒരാളെ മറന്നി രിക്കുകയായിരുന്നു. അനിരുദ്ധന്റെ ചില പാട്ടുകളുടെ വരികൾ സിദ്ധി ക്കിനെയും മോഹിപ്പിച്ചിട്ടുണ്ട്. ഇനി മറ്റൊന്നും ആലോചിക്കാനില്ല. ഇത്ത വണ അനിരുദ്ധൻ തന്നെ പാട്ടെഴുതട്ടെ എന്ന് സിദ്ദിഖ് മനസ്സിലുറപ്പിച്ചു. കഴിയുമെങ്കിൽ നാളെത്തന്നെ എറണാകുളത്തേക്കു വരാൻ പറയാം. സ്റ്റേജിൽ തൊട്ടടുത്തായിരുന്നു ഇരുന്നതെങ്കിൽ അപ്പോൾ തന്നെ പറയു മായിരുന്നു. പക്ഷേ, കവിയുടെ ഇരിപ്പിടം മൂന്നു നാലു കസേരകൾക്കപ്പു റത്താണ്.

സാരമില്ല. മീറ്റിങ് കഴിഞ്ഞാലുടൻ കാര്യം പറയാം. അനിരുദ്ധൻ തയ്യാ റാണെങ്കിൽ അപ്പോൾ തന്നെ കൂടെ കൂട്ടാം. കഥയും സന്ദർഭങ്ങളുമൊക്കെ പറയാമല്ലോ. ഉദ്ഘാടനവും സിദ്ദിഖിന്റെ പ്രസംഗവും കഴിഞ്ഞു. ആശംസാ പ്രസംഗത്തിനായി അനിരുദ്ധൻ മൈക്കിനു മുൻപിൽ ചെന്നുനിന്നു.

തുടക്കം തന്നെ സിദ്ദിഖ്-ലാലിനെപ്പറ്റി പറഞ്ഞുകൊണ്ടായിരുന്നു.

“നമ്മുടെ ഉദ്ഘാടകനെപ്പറ്റി ഇവിടെ എല്ലാവരും പ്രകീർത്തിച്ചു. നല്ല കാര്യമാണ്. പക്ഷേ, തുറന്നു പറയട്ടെ, എനിക്കൊരു ബഹുമാനവും തോന്നിയിട്ടില്ലാത്ത സംവിധായകനാണ് സിദ്ദിഖ്. മലയാള സിനിമയെ നശിപ്പിച്ചവരിൽ പ്രധാനികളാണ് സിദ്ദിഖും ലാലും.”

സിദ്ദിഖ് ഒന്ന് ഞെട്ടി. അനിരുദ്ധൻ തുടർന്നു.

“ഒരു വേദിയിൽ വെച്ചു പറയേണ്ടതല്ല ഇതെന്നെനിക്കറിയാം. പക്ഷേ, നേരിട്ടു കാണുമ്പോഴല്ലേ പറയാൻ പറ്റൂ. മലയാളസിനിമയെ മിമിക്രിയുടെ തൊഴുത്തിൽ കൊണ്ടുകെട്ടിയവരാണ് ഇവർ.”വിമർശനം പിന്നെയും തുടർന്നു.

നമുക്കിത്രയൊക്കെയേ കഴിവുള്ളൂ എന്ന് സിദ്ദിഖിന് നന്നായറിയാം. ഒരിക്കലും ഒരു അവകാശവാദവും ഉന്നയിക്കാറുമില്ല. നിലവാരമില്ലാത്ത സിനിമയിൽ പാട്ടെഴുതിച്ച് ഭാവനാസമ്പന്നനായ അനിരുദ്ധനെ ബുദ്ധി മുട്ടിക്കേണ്ട എന്ന് അപ്പോൾ തന്നെ തീരുമാനിച്ചു. പാട്ടെഴുതാൻ പറയാ തിരുന്നത് എത്ര നന്നായി എന്ന് ആശ്വസിക്കുകയും ചെയ്തു. അതും അനിരുദ്ധൻ അറിഞ്ഞതേയില്ല.

ഞാൻ നേരിട്ടു കണ്ട മറ്റൊരു കാഴ്ച-വാത്സല്യം എന്ന സിനിമയുടെ തിരക്കഥാജോലികളിലാണ് ലോഹിതദാസ്. ചെറുതുരുത്തിയിലെ PWD റെസ്റ്റ്ഹൗസിലാണ് താമസം. എഴുതാനായി ഞങ്ങൾ-ഞാനും ലോഹിയും ശ്രീനിവാസനുമൊക്കെ- പലപ്പോഴും തിരഞ്ഞെടുക്കാറുള്ളത് ആ റെസ്റ്റ് ഹൗസാണ്. അന്ന് ഒരു മുറിക്ക് അമ്പത് രൂപയേ വാടകയുള്ളൂ. വാച്ച്മാനായ മമ്മദ്ക്ക വീട്ടിൽ നിന്ന് നമുക്ക് ഇഷ്ടമുള്ള ഭക്ഷണ മുണ്ടാക്കിത്തരും. അത് മറ്റൊരു ആകർഷണം. ഒരുവിധ ആർഭാടങ്ങളും ഇല്ലാത്തതുകൊണ്ട് വളരെ കുറച്ചുപേരേ അവിടെ മുറിയന്വേഷിച്ച് എത്താറുള്ളൂ. എം.ടി വാസുദേവൻനായരാണ് മമ്മദ്ക്കയുടെ റെസ്റ്റ്ഹൗ സിൽ വന്നു താമസിക്കാറുള്ള മറ്റൊരു അതിഥി. രണ്ടാമൂഴമൊക്കെ അവി ടെയിരുന്നാണ് എഴുതി പൂർത്തിയാക്കിയതെന്നു കേട്ടിട്ടുണ്ട്. റെസ്റ്റ്ഹൗ സിന്റെ അടുക്കളഭാഗത്തെ മതിലിനപ്പുറത്ത് ഗവൺമെന്റ് ഗസ്റ്റ്ഹൗസാണ്. അത് അല്പം മോടിയുള്ള ബംഗ്ലാവാണ്. ചെറുതുരുത്തിയിൽ ഷൂട്ടിങ്ങിനു വരുമ്പോൾ താരങ്ങൾ താമസിക്കുക അവിടെയാണ്. യൂണിഫോമിട്ട പരി ചാരകരും വിശാലമായ മുറികളുമൊക്കെയുണ്ട്. അല്പം ഉയർന്ന സ്ഥല ത്തായതുകൊണ്ട് ഗസ്റ്റ്ഹൗസിന്റെ വരാന്തയിൽ നിന്നാൽ മതിലിനപ്പുറ ത്തുള്ള റസ്റ്റ്ഹൗസിന്റെ പിൻഭാഗം കാണാം.

അടുക്കളയിൽ കയറി, ഒരു കട്ടൻകാപ്പിയൊക്കെ ഉണ്ടാക്കി ഞാനും ലോഹിയും മുറ്റത്തുനിന്ന് വാത്സല്യത്തിന്റെ കഥയെപ്പറ്റി പറയുകയായി രുന്നു. നേരം ഇരുട്ടിത്തുടങ്ങി. എന്നാൽ സന്ധ്യ കഴിഞ്ഞിട്ടുമില്ല.

കഥയുടെ ഒരു ഏകദേശരൂപം ലോഹി പറഞ്ഞു. കേൾക്കാൻ ഇഷ്ട മുള്ള ഒരാളുണ്ടായാൽ മതി, പറഞ്ഞ് പറഞ്ഞ് കഥ വികസിപ്പിക്കാൻ

ലോഹി മിടുക്കനാണ്. രാഘവൻനായർ എന്ന കർഷകനായി മമ്മൂട്ടി മനസ്സിൽ ഉറച്ചുകഴിഞ്ഞിരുന്നു. മമ്മൂട്ടിയുടെ അനിയനായിട്ട് ആരെയാണ് കാസ്റ്റ് ചെയ്യുന്നതെന്ന് ഞാൻ ചോദിച്ചു. അക്കാലത്ത് ചില പടങ്ങളിൽ പ്രത്യക്ഷപ്പെട്ട ഒരു പുതുമുഖനടന്റെ പേരാണ് ലോഹി പറഞ്ഞത്. നമുക്ക് അയാൾക്ക് 'ഉല്ലാസ്' എന്നൊരു കള്ളപ്പേരിടാം. എനിക്കും അത് ഇഷ്ടമായി. അഭിനയശേഷിയുള്ള നടനാണ് ഉല്ലാസ് എന്ന് എനിക്കും തോന്നിയിരുന്നു. വാത്സല്യം പോലൊരു ചിത്രത്തിൽ മമ്മൂട്ടിയോടൊപ്പം വന്നാൽ അത് ഉല്ലാസിനും ഗുണമായിരിക്കും. മലയാളികൾ ആ നടനെ ഏറ്റെടുത്തുകൊള്ളും.

നല്ല തീരുമാനമാണെന്ന് ഞാനും പറഞ്ഞപ്പോൾ ലോഹി അത് മനസ്സിലുറപ്പിച്ചു. സംവിധായകനായ കൊച്ചിൻ ഹനീഫയെ ഇന്ന് തന്നെ വിളിച്ചുപറയാം. സാധിച്ചാൽ ഉല്ലാസിനോട് ഇങ്ങോട്ട് ഒന്ന് വരാൻ പറയാം. ലോഹി നേരിട്ട് വിശദീകരിച്ചുകൊടുത്താൽ ആ കഥാപാത്രത്തെ മനോഹരമായി അവതരിപ്പിക്കാൻ അയാൾക്ക് പറ്റും.

അപ്പോഴാണ് അപ്പുറത്തെ ഗസ്റ്റ്ഹൗസിന്റെ വരാന്തയിൽനിന്ന് ആരോ 'ഏയ്' എന്ന് വിളിച്ചത്. നോക്കിയപ്പോൾ അക്ഷരാർഥത്തിൽ ഞെട്ടിപ്പോയി. ട്യൂബ്ലൈറ്റിന്റെ നിറഞ്ഞ വെളിച്ചത്തിൽ നിൽക്കുന്നു സാക്ഷാൽ ഉല്ലാസ്.

ഏതോ സിനിമയുടെ ഷൂട്ടിങ് സംഘം അവിടെ താമസിക്കുന്നുണ്ടെന്ന് ഞങ്ങൾ അറിഞ്ഞിരുന്നു. ലോഹിതദാസിന്റെ മുഖം തെളിഞ്ഞു.

"ഇതാണ് നിമിത്തം എന്ന് പറയുന്നത്. തേടിയവള്ളി കാലിൽ ചുറ്റുന്നു. മമ്മൂട്ടിയുടെ അനിയൻ ഇവൻ തന്നെ."

"ആ മമ്മദുണ്ടോ അവിടെ" എന്ന് ഉല്ലാസ് വിളിച്ചു ചോദിച്ചു. എം.ടി. പോലും സ്നേഹത്തോടെ 'മമ്മദ്ക്ക' എന്നേ വിളിക്കാറുള്ളൂ. പുതിയ പയ്യനല്ലേ, സാരമില്ല.

മമ്മദ്ക്ക പുറത്തെവിടെയോ പോയിരിക്കുകയാണെന്ന് ലോഹി മറുപടി പറഞ്ഞു.

"പുറത്തെവിടെപ്പോയി?"

ശബ്ദത്തിൽ ലേശം കനം കൂടുതലുണ്ടോ?

ലോഹി ഭവ്യതയോടെ പറഞ്ഞു-

"അതറിയില്ല. ഇപ്പോ വരാമെന്ന് പറഞ്ഞാണ് പോയത്."

"നിങ്ങളിവിടെ കുന്തം വിഴുങ്ങിയപോലെ നിൽക്കുകയല്ലേ? ചോദിക്കാമായിരുന്നില്ലേ എവിടെയാണ് പോകുന്നതെന്ന്?"

ലോഹി പെട്ടെന്ന് സൈലന്റായി. മനസ്സിൽ ഒരു സ്വിച്ച് ഓഫാകുന്നത് ഞാനറിഞ്ഞു.

"എന്താടോ മിണ്ടാത്തെ? ചോദിച്ചതു കേട്ടില്ലേ?"

ഞങ്ങൾ നിൽക്കുന്നിടത്ത് അല്പം വെളിച്ചമേയുള്ളൂ. സൂക്ഷിച്ചു നോക്കിയാലേ ഞാനും ലോഹിതദാസുമാണെന്ന് തിരിച്ചറിയൂ.

"നാവിറങ്ങിപ്പോയോ രണ്ടാൾക്കും?"

ലോഹി അനങ്ങാതെ നിൽപ്പാണ്.

"സുഹൃത്തേ, ഞങ്ങളിവിടെ മുറിയെടുത്തു താമസിക്കുന്നവരാണ്. സ്റ്റാഫല്ല" എന്ന് ഞാൻ മറുപടി പറഞ്ഞു.

"എന്നാൽ തമ്പുരാന്മാരൊരു കാര്യം ചെയ്യ്. അയാൾ വന്നാൽ പെട്ടെന്ന് ഇങ്ങോട്ടൊന്ന് വരാൻ പറ."

ഉല്ലാസ് തിരിച്ച് മുറിയിലേക്കു പോകുന്നത് ഇമവെട്ടാതെ നോക്കി നിന്ന് ലോഹി സ്വയമെന്നോണം പറഞ്ഞു- "മമ്മൂട്ടിയുടെ അനിയൻ ഇവനല്ല കേട്ടോ..."

"അതൊന്നും സാരമില്ല ലോഹി, ആ കഥാപാത്രത്തിന് ഇയാൾ കറക്ടാണ്. നമ്മൾ അതുമാത്രം നോക്കിയാൽ പോരെ?"

"അതുമാത്രം നോക്കിയാൽ പോരാ."

ലോഹിയുടെ ശബ്ദത്തിൽ അമർഷം നിറഞ്ഞിരുന്നു.

ഞാൻ തണുപ്പിക്കാൻ നോക്കി.

"ആളറിയാതെ പറഞ്ഞതല്ലേ? ആ വെളിച്ചത്തു നിന്ന് നോക്കുമ്പോൾ ഇവിടെ രണ്ടു രൂപങ്ങളേ കാണൂ. അത് ഞാനും ലോഹിയുമാണെന്ന് അയാൾ സ്വപ്നത്തിൽപോലും വിചാരിച്ചിട്ടുണ്ടാവില്ല."

"ഏതായാലും രണ്ട് മനുഷ്യരാണെന്ന് മനസ്സിലായിട്ടുണ്ടല്ലോ? ഒരു കലാകാരന് ആദ്യം വേണ്ടത് സാമാന്യമര്യാദയാണ്. എത്ര ചെറിയവരോടാണെങ്കിലും ഇങ്ങനെ ധാർഷ്ട്യത്തോടെ പെരുമാറാൻ പാടില്ല. എന്റെ മനസ്സിൽനിന്ന് അയാളുടെ രൂപം മാഞ്ഞുപോയി. ഇനി ആരെന്തു പറഞ്ഞാലും വാത്സല്യത്തിൽ ഇയാൾ അഭിനയിക്കില്ല."

പിന്നീട് നടൻ സിദ്ദിഖാണ് ആ വേഷം ചെയ്തത്.

ഞാനോർത്തുപോയി-ഏതു കഷ്ടകാലം പിടിച്ച നേരത്താണ് ഉല്ലാസിന് അവിടെ വരാനും മമ്മദ്ക്കയെ അന്വേഷിക്കാനും തോന്നിയത്?

അന്ന് അവിടെ വന്ന് ഉല്ലാസ് അഭിനയിച്ച ചിത്രം പൂർത്തിയായതേയില്ല.

വാത്സല്യം ആ വർഷത്തെ ഏറ്റവും വലിയ ഹിറ്റായി മാറുകയും ചെയ്തു.

ഇതിനെ വേണമെങ്കിൽ 'തലവര' എന്നോ 'വിധി' എന്നോ വിളിക്കാം. നീ ഭക്ഷിക്കുന്ന ധാന്യത്തിൽ നിന്റെ നാമധേയം എഴുതപ്പെട്ടിരിക്കും എന്നാണല്ലോ പറയുക. വാത്സല്യത്തിലെ കഥാപാത്രമെന്ന ധാന്യത്തിൽ സിദ്ദിഖിന്റെ പേര് എഴുതിവെച്ചിട്ടുണ്ടാകാം.

സ്വന്തം കഞ്ഞിയിലിടാനുള്ള പാറ്റയെ പോക്കറ്റിൽ കൊണ്ടുനടക്കുന്നവർ ഇനിയുമുണ്ട് ധാരാളം. അർഹിക്കുന്ന അംഗീകാരം കിട്ടുന്നില്ലെന്ന് അവർ സങ്കടപ്പെട്ടുകൊണ്ടേയിരിക്കും. ശരിയാണല്ലോ എന്ന് നമുക്കും തോന്നും.

സമാധാനിക്കാനൊരു പിടിവള്ളിയുണ്ടല്ലോ- "സിനിമയിൽ കഴിവു മാത്രം പോരാ, ഭാഗ്യവും വേണം."

അപൂർവമായ ചില ഞെട്ടലുകൾ

അടുത്തകാലത്ത് നമ്മുടെ ശ്രീനിവാസൻ അതിമനോഹരമായൊന്നു ഞെട്ടി. ഞെട്ടി എന്ന് പറഞ്ഞാൽ പോര, അക്ഷരാർഥത്തിൽ ഞെട്ടി ത്തരിച്ചു.

അന്തിക്കാട് 'സെലിബ്രേഷൻ' ഓഡിറ്റോറിയമാണ് വേദി. പുതിയ മന്ത്രിസഭയിൽ കൃഷിമന്ത്രിയായി ചുമതലയേറ്റ അഡ്വ. വി.എസ്. സുനിൽകുമാറിന് ജന്മനാട്ടിൽ നൽകിയ പൗരസ്വീകരണം ഉദ്ഘാടനം ചെയ്യാനെത്തിയതായിരുന്നു ശ്രീനി. സുനിൽകുമാർ അന്തിക്കാട്ടുകാര നാണ്. കറയില്ലാത്ത രാഷ്ട്രീയക്കാരൻ. സി.പി.ഐ യുടെ സമുന്നതനായ നേതാവായിട്ടും പത്തുവർഷം എം.എൽ.എ. ആയിട്ടും ഇപ്പോൾ മന്ത്രി യായിട്ടും സ്വന്തമായൊരു വീടുണ്ടാക്കാനോ ബാങ്ക് ബാലൻസ് വർധിപ്പി ക്കാനോ കഴിയാതെപോയ വിശുദ്ധിയുള്ള മനുഷ്യൻ. പാലായിലും അടൂരുമൊക്കെയുള്ള ചിലർക്ക് ചിരി വന്നേക്കാം. നോട്ടെണ്ണുന്ന യന്ത്രം വീട്ടിൽ സൂക്ഷിക്കുന്ന ജനസേവകർക്ക് പുച്ഛംവരെ തോന്നാം. പക്ഷേ, ഞങ്ങൾ അന്തിക്കാട്ടുകാർക്ക് സുനിൽകുമാർ ഒരു അഭിമാനമാണ്. കൃഷി യോടും സുനിൽകുമാറിനോടും സ്നേഹമുള്ളതുകൊണ്ടാണ് ശ്രീനി ഈ അനുമോദനയോഗം ഉദ്ഘാടനം ചെയ്യാമെന്ന് സമ്മതിച്ചത്.

സദസ്സിനെ പൊട്ടിച്ചിരിപ്പിച്ചുകൊണ്ട് ശ്രീനി പ്രസംഗം തുടങ്ങി. ആ പ്രസംഗത്തിനിടയിൽ ശ്രീനി ഒരു കഥ പറഞ്ഞു.

കഥ ഇതാണ്: 'നാടോടിക്കാറ്റ്' റിലീസ് ചെയ്ത സമയം. എന്നു വെച്ചാൽ ഏകദേശം ഒരു ഇരുപത്തെട്ട് കൊല്ലം മുമ്പ്. അന്നൊക്കെ സ്ഥിര മായി ശ്രീനിവാസൻ അന്തിക്കാട്ട് വരാറുണ്ടായിരുന്നു. വന്നാലും പുറ ത്തിറങ്ങി അധികം നടക്കാറില്ല. എഴുത്തുകാരൻ എന്നതിനപ്പുറത്ത് പ്രേക്ഷകരെ ചിരിപ്പിക്കുന്ന നടൻ കൂടിയായതുകൊണ്ട് ആളുകൾ ചുറ്റും കൂടും. സ്ക്രീനിൽ കാണുന്ന ശ്രീനിവാസനല്ലല്ലോ യഥാർഥ ശ്രീനിവാ സൻ. ആൾക്കൂട്ടത്തിൽ പെട്ടാൽ ശ്രീനിയുടെ സ്ഥായീഭാവം 'ചമ്മൽ' ആണ്. എങ്കിലും ഒരു ദിവസം എന്റെ വീടിന്റെ മുന്നിലെ നാട്ടുവഴിയി ലൂടെ ഞങ്ങൾ അല്പദൂരം നടന്നു. ഒപ്പം കോഴിക്കോട്ടുകാരനായ ഒരു

സുഹൃത്തുമുണ്ടായിരുന്നു, ഇന്റീരിയർ ഡിസൈനർ അശോകൻ. ഞങ്ങൾ മൂന്നുപേരുംകൂടി എന്തൊക്കെയോ സംസാരിച്ചു നടക്കുമ്പോൾ പുറകിൽ നിന്ന് അതിവേഗം സൈക്കിളോടിച്ചുവന്ന് ഒരാൾ ഞങ്ങളുടെ മുന്നിൽ വഴി തടഞ്ഞതുപോലെ നിന്നു. തയ്യൽക്കാരൻ ശങ്കരേട്ടൻ! എന്റെ വീടിനടുത്താണ് ശങ്കരേട്ടന്റെ താമസം. അന്തിക്കാട് സെന്ററിനടുത്ത് ഒരു തയ്യൽക്കട നടത്തുന്നുണ്ട്.

"സത്യാ, ഇവിടെ ശ്രീനിവാസൻ വന്നിട്ടുണ്ടെന്നുകേട്ടു. ഇതിലാരാണ് ശ്രീനിവാസനെന്നുവെച്ചാൽ എന്നെയൊന്നു പരിചയപ്പെടുത്തിത്തരണം." ശ്രീനി പെട്ടെന്ന് അശോകേട്ടനെ ചൂണ്ടിക്കാട്ടി പറഞ്ഞു: "ദേ, ഇതാണ് ശ്രീനിവാസൻ"

"സന്തോഷം" ശങ്കരേട്ടൻ അശോകേട്ടന്റെ കൈ പിടിച്ചു കുലുക്കി.

"കടയിൽ പിള്ളാരു പറഞ്ഞു ശ്രീനിവാസൻ വന്നിട്ടുണ്ടെന്ന്. എങ്കിലൊന്നു പരിചയപ്പെട്ടിരിക്കാമല്ലോ എന്നുവെച്ച് വന്നതാണ്. മോഹൻലാലും മമ്മൂട്ടിയുമൊക്കെ ഇവിടെ വരാറുണ്ട്. പക്ഷേ, ഈ കള്ളൻ ഒരാളേയുമറിയിക്കാറില്ല."

കുറ്റം എന്റേതുതന്നെയെന്ന് ഞാൻ സമ്മതിച്ചു. ശ്രീനിവാസനാണെന്ന ധാരണയിൽ അശോകേട്ടന്റെ താടിയിലൊന്നു തട്ടി 'പോട്ടേ, ശ്രീനിവാസാ' എന്നുപറഞ്ഞ് ശങ്കരേട്ടൻ തിരിച്ച് സൈക്കിൾ ചവിട്ടി. ഒരു പത്തടി പിന്നിലെത്തിയതേയുള്ളൂ. സൈക്കിൾ നിർത്തി ശങ്കരേട്ടൻ വിളിച്ചു ചോദിച്ചു:

"ഇനി ഇതിലാരെങ്കിലും പേരുള്ളവരുണ്ടെങ്കിൽ എന്നെ പരിചയപ്പെടുത്തണം."

ശ്രീനിവാസൻ വിളിച്ചു പറഞ്ഞു: "ഞങ്ങളാരും തീരെ പേരില്ലാത്തവരാണ്."

സംതൃപ്തിയോടെ ശങ്കരേട്ടൻ തിരിച്ചുപോവുകയും ചെയ്തു.

ശ്രീനി ഈ കഥ പറഞ്ഞു തീർന്നതും കാണികളുടെ ഇടയിൽ നിന്നൊരു മെലിഞ്ഞ മനുഷ്യൻ എണീറ്റുനിന്നു. അത് ശങ്കരേട്ടനായിരുന്നു.

അന്നത്തേക്കാൾ ഇരുപത്തെട്ടു വയസ്സിന്റെ പ്രായക്കൂടുതലുണ്ട്. ശ്രീനി അദ്ദേഹത്തിന്റെ പേരും രൂപവുമൊക്കെ മറന്നിരുന്നു. പക്ഷേ, ശങ്കരേട്ടന് ഇപ്പോൾ അറിയാം ആരാണ് ശ്രീനിവാസനെന്ന്.

അദ്ദേഹം നേരെ വേദിയിലേക്ക് കയറിവന്ന് ശ്രീനിവാസന്റെ കൈ പിടിച്ച് പറഞ്ഞു:

"അത് ഞാനായിരുന്നു കേട്ടോ."

രണ്ടു കാരണങ്ങൾ കൊണ്ട് ശ്രീനിവാസൻ ഞെട്ടി.

ഒന്ന് ഇത്രയും വർഷങ്ങൾക്കുശേഷം ആ മനുഷ്യൻ മുന്നിലെത്തിപ്പെടുമെന്ന് സ്വപ്നത്തിൽ പോലും വിചാരിച്ചിട്ടില്ല. മറ്റൊന്ന് അന്ന്

അശോകേട്ടനെ കാണിച്ച് ഇതാണ് ശ്രീനിവാസൻ എന്ന് പരിചയപ്പെടുത്തി പറ്റിച്ചതിന്റെ ജാള്യത.

ശ്രീനി സദസ്സിനോടു പറഞ്ഞു: "ഇങ്ങനെയൊരു രംഗം 'കഥ പറയുമ്പോൾ' എന്ന സിനിമയ്ക്കുവേണ്ടി ഞാനെഴുതിയിട്ടുണ്ട്. ആ ചിത്രത്തിന്റെ അവസാനഭാഗത്ത് ഒരു സ്കൂളിലെ ചടങ്ങിൽ പ്രസംഗിക്കുമ്പോൾ, മമ്മൂട്ടി ബാർബർ ബാലനെ ഓർക്കും, ബാലൻ ആൾക്കൂട്ടത്തിനിടയിലിരിക്കുന്നത് അറിയാതെ തന്നെ. ഇന്നത്തെ ഈ ചടങ്ങിന് ശേഷമാണ് ആ സിനിമ ഇറങ്ങിയിരുന്നതെങ്കിൽ നിങ്ങൾ പറഞ്ഞേനെ, ശങ്കരേട്ടനാണ് ആ രംഗത്തിന് പ്രചോദനമായതെന്ന്."

ജീവിതത്തിലെ രംഗങ്ങൾ സിനിമയായി മാറുന്നത് സാധാരണമാണ്. ഇവിടെ സിനിമ ജീവിതമായി മാറുകയായിരുന്നു.

അപ്രതീക്ഷിതമായ ഇത്തരം ഞെട്ടലുകൾ നമ്മുടെയൊക്കെ അനുഭവങ്ങളിൽ പതിവായി ഉണ്ടാകാറുണ്ട്. അതിലൊരു 'ചമ്മൽ'കൂടി ഉണ്ടാകുമ്പോഴാണ് ഓർമയിൽനിന്ന് മാറാതെ നിൽക്കുക.

പണ്ട് ഒരു സിനിമയുടെ തിരക്കഥാ ചർച്ചയ്ക്കായി ഞാനും ശ്രീനിവാസനും എറണാകുളം ബി.ടി.എച്ച്. എന്ന ഹോട്ടലിൽ താമസിക്കുന്നു. കിടക്കുന്ന മുറിയുടെ പുറത്തൊരു സിറ്റിങ് റൂം ഉണ്ട്. ചർച്ചയും എഴുത്തുമൊക്കെ ആ മുറിയിലിരുന്നുകൊണ്ടാണ്. ഉച്ചയൂണിനുശേഷം ഒരു ചെറിയ മയക്കത്തിനായി ഞങ്ങളൊന്നു കിടന്നു. അപ്പോഴാണ് കലാസംവിധായകൻ കൃഷ്ണൻകുട്ടി കടന്നുവന്നത്. കിടപ്പുമുറിയിലെ കട്ടിലിൽ തന്നെ കൃഷ്ണൻകുട്ടിയെ പിടിച്ചിരുത്തി ഞങ്ങൾ സംസാരിച്ചു. ഏതോ സിനിമയുടെ ഷൂട്ടിങ് കഴിഞ്ഞുള്ള മടക്കയാത്രയിലായിരുന്നു കൃഷ്ണൻകുട്ടി.

"ആരാണ് ആ സിനിമയിലെ നായിക"

ശ്രീനി ചോദിച്ചു.

"ലിസി" എന്ന് കൃഷ്ണൻകുട്ടിയുടെ മറുപടി. പിന്നെ ചർച്ച ലിസിയെപ്പറ്റിയായി. അന്ന് പ്രിയദർശൻ ലിസിയെ കല്യാണം കഴിച്ചിട്ടില്ല. പ്രണയം കൊടുമ്പിരി കൊണ്ടിരിക്കുന്ന സമയമാണ്. പ്രിയനെയും ലിസിയെയും ചേർത്തുള്ള തമാശക്കഥകൾ പറഞ്ഞ് ശ്രീനി കത്തിക്കയറിയപ്പോൾ ഇത് പ്രിയൻ കേൾക്കേണ്ട എന്ന അർഥത്തിൽ ഞാൻ വെറുതെ വിളിച്ചു -

"പ്രിയാ"

പെട്ടെന്ന് സിറ്റിങ് റൂമിൽനിന്ന് പ്രിയന്റെ ശബ്ദം–

"ഞാനെല്ലാം കേട്ടുകൊണ്ടിരിക്കുകയാണ്."

ഞങ്ങളെല്ലാവരും ഒരുമിച്ചു ഞെട്ടി.

നോക്കുമ്പോൾ തോളിലൊരു ബാഗുമായി സിറ്റിങ് റൂമിലെ കർട്ടനപ്പുറത്ത് സാക്ഷാൽ പ്രിയദർശൻ!

എന്റെയും ശ്രീനിവാസന്റെയും മുഖത്ത് ഒരു തുള്ളി ചോരയില്ലാതായി.

മദ്രാസിൽ പ്രിയന്റെ സിനിമയുടെ ജോലികൾ നടക്കുന്ന സമയമായിരുന്നു. തലേദിവസം രാത്രി ഞങ്ങൾ പ്രിയനുമായി ഫോണിൽ സംസാരിച്ചതുമാണ്. പെട്ടെന്നെന്തോ ആവശ്യത്തിന് രാവിലത്തെ ഫ്ളൈറ്റിൽ വന്നതാണ് പ്രിയൻ. ഞങ്ങൾ മുറിയിലുണ്ടെന്നറിഞ്ഞപ്പോൾ വെറുതെയൊന്ന് കയറിയതാണ്. അത് കൃത്യം ഈ പരദൂഷണം പറയുന്ന സമയത്തുതന്നെയായിപ്പോയി എന്നതാണ് അതിശയം.

വീണിടം വിദ്യയാക്കാൻ ഞാനൊരു ശ്രമം നടത്തിനോക്കി.

"സത്യത്തിൽ പ്രിയനെ കണ്ടതുകൊണ്ടുതന്നെയാണ് ഞങ്ങൾ ഇങ്ങനെയൊക്കെ സംസാരിച്ചത്. പ്രിയൻ മുറിയിലേക്ക് കയറി വരുമ്പോൾ തന്നെ അകത്തെ കണ്ണാടിയിലൂടെ ഞങ്ങൾ കണ്ടിരുന്നു. അതല്ലേ ഞാൻ പ്രിയാ എന്നു വിളിച്ചത്?"

"ആണോ?"

പ്രിയൻ ബെഡ്റൂമിലെ കണ്ണാടിക്കടുത്തുവന്ന് പരിശോധിച്ചു. സത്യമാണെന്ന് ബോധ്യപ്പെട്ടതുപോലെ തല കുലുക്കി.

"അതു ശരി. എങ്കിൽ കുഴപ്പമില്ല. നിങ്ങളെപ്പറ്റി ഞാനും ഇങ്ങനെയൊക്കെ പറഞ്ഞോളാം." എന്നു പറഞ്ഞു ചിരിച്ചു. പ്രിയനത് വിശ്വസിച്ചു എന്ന ആശ്വാസത്തിൽ ഞാനും ശ്രീനിയും സമാധാനിച്ചു.

വൈകുന്നേരം സിബിമലയിലിനെ കണ്ടപ്പോഴാണ് വിശ്വസിച്ചതായി പ്രിയൻ അഭിനയിച്ചതാണെന്ന് മനസ്സിലായത്.

പ്രിയൻ സിബിയെ കണ്ടപ്പോൾ വിഷമത്തോടെ പറഞ്ഞുവത്രേ–

"ആ സത്യനും ശ്രീനിയുമിരുന്ന് ഞങ്ങളെ കളിയാക്കുകയായിരുന്നു."

ഇനി, ഒപ്പമില്ലാത്തവരെപ്പറ്റി പരദൂഷണം പറയേണ്ട എന്ന് ഞങ്ങൾ കോറസ്സായി തീരുമാനിച്ചു. ഒന്നു രണ്ടു ദിവസം ആ തീരുമാനത്തിൽ ഉറച്ചു നിൽക്കുകയും ചെയ്തു.

വ്യക്തിപരമായി എനിക്കുണ്ടായ മറ്റൊരു ഞെട്ടൽകൂടി പറയാം.

'ഗോളാന്തരവാർത്ത' എന്ന സിനിമയുടെ പാട്ടുകൾ ഒരുക്കുന്ന സമയത്താണ്. ഒ.എൻ.വി. സാറിനെ കാണാൻ വേണ്ടി ഞാനും ജോൺസണും തിരുവനന്തപുരത്തെത്തി. ഒ.എൻ.വി. യോട് കഥയും പാട്ടിന്റെ സിറ്റുവേഷനുമൊക്കെ പറഞ്ഞു. പിറ്റേദിവസം മുതലേ കമ്പോസിങ് ആരംഭിക്കൂ. അതുകൊണ്ട് ചായയും കുടിച്ച് പൊതുവായ ചർച്ചകളിലേക്ക് ഞങ്ങൾ കടന്നു. ഒ.എൻ.വി.യുടെ സംസാരം കേട്ടിരിക്കാൻ നല്ല രസമാണ്. സാഹിത്യം, രാഷ്ട്രീയം, സിനിമ–എന്നിങ്ങനെ പല വിഷയങ്ങളിലൂടെയും കടന്നുപോകുന്നതിനിടയിൽ ഒ.എൻ.വി. പറഞ്ഞു–

"ഇപ്പോഴത്തെ പല പാട്ടുകളും സിനിമയ്ക്ക് പുറത്തുവെച്ച് കേൾക്കാൻ കൊള്ളാതായി. എന്തൊക്കെയാണ് ഓരോരുത്തരും എഴുതി

വെയ്ക്കുന്നത്! പാട്ടെഴുത്തിനൊരു സംസ്കാരമില്ലേ? സത്യൻ പാട്ടെഴുതിയിരുന്ന ആളായതുകൊണ്ട് പറയാം. കഴിഞ്ഞദിവസം സ്കൂളിൽ പഠിക്കുന്ന എന്റെ പേരക്കുട്ടി വന്ന് ചോദിക്കുവാ, മുത്തശ്ശാ ഈ 'രതിലയം' എന്നു പറഞ്ഞാലെന്താണെന്ന് റേഡിയോവിൽ ഞാനും കേട്ടിട്ടുണ്ട് ആ പാട്ട്. പല്ലവി തന്നെ 'രതിലയം... ലയനസംഗീതതാളം' എന്നാണ് തുടങ്ങുന്നത്."

ഞാനാകെ തകർന്നു തരിപ്പണമായി. മധുസാർ നിർമിച്ച് ചന്ദ്രകുമാർ സംവിധാനം ചെയ്ത 'അസ്തമയം' എന്ന സിനിമയ്ക്കുവേണ്ടി ഞാനെഴുതിയ പാട്ടാണ് അത്. മനഃപൂർവം ഒ.എൻ.വി. എനിക്കൊരു 'തട്ടു' തന്നതാണോ എന്നുപോലും സംശയം തോന്നി. പക്ഷേ, അദ്ദേഹം നിർദോഷമായി പറയുന്നതാണെന്ന് ബോധ്യമായപ്പോൾ ഞാനും അതിനെ പിൻതാങ്ങി.

"സത്യമാണ് സാർ. കഷ്ടം തന്നെ. ഇങ്ങനെയൊക്കെ എഴുതാൻ പാടുണ്ടോ? സിനിമയിലെ സിറ്റുവേഷന് പറ്റുമായിരിക്കും. പക്ഷേ, പുറത്തുവെച്ചു കേൾക്കുന്നവരെപ്പറ്റി ആലോചിക്കണ്ടേ? വിഡ്ഢികൾ!"

'പുതിയ പാട്ടെഴുത്തുകാരുടെ കുഴപ്പമാണിതെന്നു' പറഞ്ഞു, ഒ.എൻ.വി. അവിടെ വെച്ച് ഞാൻ മാത്രമേ ഞെട്ടിയുള്ളൂ. അതെഴുതിയത് ഞാനാണെന്ന് അന്ന് ഒ.എൻ.വി.യോട് നേരിട്ട് പറഞ്ഞിരുന്നെങ്കിലോ? അദ്ദേഹത്തിനുണ്ടാകുമായിരുന്ന ഞെട്ടലിനെക്കുറിച്ച് ഓർക്കാനേ വയ്യ!

ചെന്നൈ
ഒരു ഓർമ്മപ്പെടുത്തൽ

ചെന്നെയിൽ നിന്ന് മോമി വിളിച്ചു. 'മോമി' എന്ന വിളിപ്പേരിൽ അറിയപ്പെടുന്ന എം.കെ. മോഹനൻ. സിനിമയിൽ സ്റ്റിൽ ഫോട്ടോഗ്രാഫറാണെങ്കിലും ഞാനും കമലും ലാൽജോസുമൊക്കെ മോമിയെ പിടിച്ച് അഭിനയിപ്പിക്കാറുമുണ്ട്. അച്ചുവിന്റെ അമ്മയിലെ 'എന്തു പറഞ്ഞാലും നീ എന്റേതല്ലേ വാവേ' എന്ന ഗാനരംഗത്ത് മാതൃഭൂമിയുടെ ബുക്ഷോപ്പിനു പുറത്തു നിൽക്കുന്ന ഉർവശിക്കടുത്ത് വന്ന് ആവശ്യത്തിൽക്കൂടുതൽ ചേർന്നുനിന്ന് അകത്തേക്ക് എത്തിനോക്കുന്ന താടിക്കാരനെ ഓർമയില്ലേ? അതുതന്നെ കക്ഷി. ചെന്നെയിൽ കോടമ്പാക്കം റെയിൽവേസ്റ്റേഷന്റെ തൊട്ടടുത്താണ് ഭാര്യയും രണ്ട് ആൺമക്കളുമായി മോമി താമസിക്കുന്നത്. ഒരു പഴയ കെട്ടിടത്തിന്റെ രണ്ടാം നിലയിൽ അവിചാരിതമായി പെയ്ത പെരുമഴയിൽ മോമി താമസിക്കുന്ന വീട് ഒറ്റപ്പെട്ടുപോയിരുന്നു. താഴത്തെ വീട് മുഴുവൻ വെള്ളത്തിനടിയിലായി. ജീവൻ മാത്രം കൈയിലെടുത്ത് മറ്റെല്ലാം ഉപേക്ഷിച്ച് ആ വീട്ടുകാർ എവിടേക്കോ ഒഴിഞ്ഞുപോയി.

ദുരന്തത്തിന്റെ നേർക്കാഴ്ച സൗമ്യമായാണ് മോമി അവതരിപ്പിച്ചത്. പക്ഷേ, വാക്കുകളിൽ അടക്കിപ്പിടിച്ച വേദനയുണ്ടായിരുന്നു.

സ്വന്തം സങ്കടങ്ങൾ ഒന്നുമല്ലെന്ന് മോമി പറഞ്ഞു.

നഗരം മുഴുവൻ ഒഴുകിപ്പടർന്ന വെള്ളത്തിൽ വിലപിടിച്ച വീട്ടുപകരണങ്ങൾ, കുട്ടികളുടെ പുസ്തകങ്ങൾ, കളിപ്പാട്ടങ്ങൾ...

സെയ്ദാപേട്ട് ബ്രിഡ്ജിനടിയിലൂടെ മാന്യമായി വസ്ത്രം ധരിച്ച ഒരാളുടെ മൃതദേഹം ഒഴുകിപ്പോയത്രെ.

എനിക്കിപ്പോഴും വിശ്വസിക്കാനാവുന്നില്ല. വർഷങ്ങൾക്കു മുമ്പ് സിനിമ എന്ന സ്വപ്നവുമായി ഞാൻ വന്നിറങ്ങിയ നഗരമാണിത്. സെൻട്രൽ സ്റ്റേഷനിൽ വണ്ടിയിറങ്ങി പകച്ചുനിന്ന ഒരു പത്തൊമ്പതുകാരൻ ഇന്നും എന്റെ ഉള്ളിലുണ്ട്. എഗ്മൂർവരെ പോകാൻ ഏതു ബസ്സിൽ കയറണമെന്നറിയില്ല. ടാക്സിയെടുത്താൽ എത്ര രൂപവേണ്ടിവരുമെന്നറിയില്ല. ഒടുവിൽ ഒരു സൈക്കിൾ റിക്ഷയിലായിരുന്നു എന്റെ ആദ്യത്തെ യാത്ര. നഗരം മുഴുവൻ കാണാം. മുകളിൽ മേലാപ്പില്ലാത്തതുകൊണ്ട് ആകാശം മുട്ടുന്ന കെട്ടിടങ്ങൾ അതിശയത്തോടെ നോക്കി. ഞാൻ കണ്ടുപരിചയിച്ച എന്റെ തൃശ്ശൂരിനേക്കാൾ എത്രയോ വലിയ നഗരം!

ആ നഗരമാണിന്ന് കാലുകുത്താൻ പറ്റാത്ത വിധം മാലിന്യക്കൂമ്പാരമായി കിടക്കുന്നത്. സഹിക്കാനാവാത്ത ദുർഗന്ധമാണെന്ന് മോമി പറഞ്ഞു.

“ഇപ്പൊ വെള്ളം ഇറങ്ങിത്തുടങ്ങി. പക്ഷേ, വീടുകൾക്കുള്ളിൽ ചളിയും അഴുക്കു ജലവും നിറഞ്ഞിരിക്കുന്നു. കുടിവെള്ളം നിലച്ചിട്ട് ദിവസങ്ങളായി. ടോയ്‌ലറ്റും അടുക്കളയുമൊക്കെ ഒരുപോലെ!” കേരളത്തിൽ നിന്ന് അവശ്യസാധനങ്ങളുമായി ലോറികളെത്തുമ്പോൾ പാവപ്പെട്ടവരോ പണക്കാരോ എന്ന വ്യത്യാസമില്ലാതെ ആളുകൾ ഓടിക്കൂടുന്നു.”

ഒരു കുപ്പിവെള്ളം, ഒരു പാക്കറ്റ് ബിസ്കറ്റ്, ഒരു പുതപ്പ്, മാറ്റിയുടുക്കാനൊരു വസ്ത്രം! ആവശ്യങ്ങൾ അവസാനിക്കുന്നതേയില്ല.

സർക്കാറിന്റെ ദുരിതാശ്വാസ നിധിയിലേക്ക് കോടികൾ ഒഴുകിയെത്തുന്നുണ്ട്. നമുക്കു പരിചയമുള്ളവർപോലും ജയലളിതയ്ക്ക് ചെക്കുകൾ കൈമാറുന്നതിന്റെ ഫോട്ടോകൾ പത്രത്തിൽ പ്രത്യക്ഷപ്പെടുന്നുണ്ട്. പക്ഷേ, അഴുക്കു നിറഞ്ഞ തെരുവുകളിൽ ആലംബമില്ലാതെയിരിക്കുന്നവരുടെ കൈകളിലേക്ക് ആഹാരമായും വസ്ത്രമായും അവ എത്തിച്ചേരുമോ? സംശയമാണ്.

ഏതാനും ദിവസങ്ങൾ കഴിയുമ്പോൾ നമ്മളും ഇതു മറക്കും. മാധ്യമങ്ങൾക്കിത് വാർത്തയല്ലാതാകും. അഭിസാരികകളുടെയും ക്രിമിനലുകളുടെയും പുതിയ വെളിപ്പെടുത്തലുകൾക്കു പിന്നാലെ അവർ മധുരം തേടിപ്പോകും. നാലര വർഷമായി പറഞ്ഞു പറഞ്ഞ്, പറയുന്നവർക്കും കേൾക്കുന്നവർക്കും തമാശയായി മാറിയ ‘മുഖ്യമന്ത്രി രാജിവെയ്ക്കുക’ എന്ന വിഷയത്തിൽ അർത്ഥമില്ലാത്ത ചാനൽ ചർച്ചകൾ നടക്കും. ദുരിതബാധിതരുടെ നഷ്ടങ്ങൾ അപ്പോഴും നഷ്ടങ്ങളായിത്തന്നെ അവശേഷിക്കും.

വടപളനിയിൽ താമസിക്കുന്ന മേക്കപ്പ്മാൻ പാണ്ഡ്യനെയും സാലി ഗ്രാമിൽ താമസിക്കുന്ന എഡിറ്റർ രാജഗോപാലിനേയും കുറെ ദിവസ മായി ഫോണിൽ കിട്ടുന്നുണ്ടായിരുന്നില്ല. ഇടയ്ക്കെപ്പോഴോ കറന്റ് വന്ന് ഫോൺ ചാർജ് ചെയ്യാൻ പറ്റിയപ്പോൾ പാണ്ഡ്യൻ വിളിച്ചു. നഗരം മുഴുവൻ പാമ്പുകളാണിപ്പോൾ. പ്രളയജലത്തിൽ എവിടെനിന്നോ ഒഴുകി വന്നവ..." അകത്തെ മുറിയിലേക്കു കടക്കാനൊരുങ്ങിയ വിഷപ്പാമ്പിനെ വീട്ടുവരാന്തയിൽ വെച്ച് പാണ്ഡ്യൻ തല്ലിക്കൊന്നുവത്രെ.

ഇനിയുമെന്തെല്ലാം അറിയാനിരിക്കുന്നു. ചെന്നൈ ഇനി പഴയ ചെന്നൈ ആയി മാറണമെങ്കിൽ മാസങ്ങൾ കഴിയണം. ഒരൊറ്റ കാര്യ ത്തിലേ ആശ്വാസമുള്ളൂ. അയൽപക്കക്കാരന്റെ കണ്ണീരൊപ്പാൻ കേരളം ഒറ്റക്കെട്ടായി ഇറങ്ങി എന്ന കാര്യത്തിൽ. സർക്കാറുകൾ എന്തുചെയ്യുന്നു എന്നു കാത്തിരിക്കാതെ മാതൃഭൂമിയടക്കമുള്ള മാധ്യമങ്ങളും വ്യക്തികളും വിദ്യാർത്ഥികളും സംഘടനകളും തങ്ങൾക്കു ചെയ്യാൻ കഴിയുന്ന എല്ലാ സഹായങ്ങളുമായി മുന്നോട്ടുവന്നു. പണമായും മരുന്നായും ഭക്ഷണ മായും വസ്ത്രമായും അവർ ഒരൊറ്റ മനസ്സോടെ ഒഴുകിയെത്തി. അവിടെ ജാതിയും മതവും രാഷ്ട്രീയവുമുണ്ടായില്ല. അധികാരത്തിനുവേണ്ടി വർഗീയത പറഞ്ഞ് തെക്കുവടക്ക് യാത്രനടത്തുന്നവരെ നിശ്ശബ്ദരാക്കി ക്കൊണ്ട് നമ്മൾ മനുഷ്യരാണെന്ന് തെളിയിച്ചു. ഭാഷകൾക്കതീതമായി എല്ലാ ഭാരതീയരും നമ്മുടെ സഹോദരീസഹോദരന്മാരാണെന്ന സത്യം ഒരു പ്രതിജ്ഞയും ചൊല്ലാതെ നമ്മളറിഞ്ഞു!

അത്രയും സമാധാനം

നന്മയുടെ വെളിച്ചം മനസ്സിൽ സൂക്ഷിക്കുന്ന കുറെ പേരെങ്കിലും സമൂഹത്തിലുള്ളതുകൊണ്ടാണ് സുനാമിയും പേമാരിയും പ്രളയവു മൊക്കെ ഒരെത്തിനോട്ടം മാത്രം നടത്തി മടങ്ങിപ്പോകുന്നത്. ഇല്ലെങ്കിൽ പ്രകൃതിക്ക് നമ്മളെ ഒന്നായി വിഴുങ്ങാൻ വല്ല പ്രയാസവുമുണ്ടോ?

കുറച്ചുദിവസങ്ങൾക്കു മുമ്പ് മാതൃഭൂമി വാരാന്തപ്പതിപ്പിൽ ഡോക്ടർ ആർസുവിനെപ്പറ്റി ശ്രീകാന്ത് കോട്ടയ്ക്കൽ എഴുതിയത് വായിച്ചിരുന്നു. അനാഥ ബാല്യങ്ങൾക്ക് ആശ്രയമായി മാറിയ കോഴിക്കോട്ടെ 'പുവർ ഹോം സൊസൈറ്റി' പട്ടാമ്പിക്കാരനായ കെ.എൻ. കുറുപ്പ് എന്ന നല്ല മനുഷ്യൻ സ്ഥാപിച്ചതാണെന്നു കണ്ടു. അതിന്റെ സാഹചര്യം ശ്രീകാന്തി നോട് ഞാൻ ചോദിച്ചറിഞ്ഞിരുന്നു. കെ.എൻ. കുറുപ്പ് ഒരു കപ്പൽ കമ്പനി ഉദ്യോഗസ്ഥനായിരുന്നുവത്രെ. ജോലിയിൽ നിന്ന് പിരിഞ്ഞ് നാട്ടിൽ താമസ മാക്കിയ അവസരത്തിൽ അദ്ദേഹമൊരു കാഴ്ച കണ്ടു. കോരിച്ചൊരിയുന്ന മഴയുള്ള രാത്രിയിൽ, ഒരു സാധുമനുഷ്യൻ മഴയിൽ നിന്ന് രക്ഷനേടാൻ ഒരു കെട്ടിടത്തിന്റെ ഭിത്തിയോടു ചേർന്നുനിൽക്കുന്നു. കുറുപ്പ് ഒരു കുട യുമായി അയാൾക്കടുത്തുചെന്നു പറഞ്ഞു:-

"വരൂ, ഞാൻ വീട്ടിൽകൊണ്ടാക്കിത്തരാം."

“എനിക്കു വീടില്ല” അയാൾ പറഞ്ഞു.

“ഉറ്റവരും ഉടയവരുമില്ല. കേറിക്കിടക്കാൻ സ്ഥലമില്ല.”

മനുഷ്യസ്നേഹിയായ കുറുപ്പിന്റെ ഉള്ളിൽ അപ്പോൾ ഉദിച്ച ആശയമാണത്രെ പാവങ്ങൾക്കൊരു അഭയകേന്ദ്രം. പിന്നീട് അത് അദ്ദേഹത്തിന്റെ ജീവിതലക്ഷ്യമായി മാറി. ഇന്ന് നമ്മൾ അറിയുന്ന ഡോക്ടർ ആർസുവും സിനിമയിൽ സജീവസാന്നിദ്ധ്യമായ ഭാഗ്യലക്ഷ്മിയുമൊക്കെ ആ കാരുണ്യത്തിൽ നിന്ന് ജീവിതം കെട്ടിപ്പടുത്തവരാണ്.

ഗുരുവായൂരിൽ ‘ശാന്തി മെഡിക്കൽ ഇൻഫർമേഷൻ സെന്റർ’ എന്ന ഒരു സ്ഥാപനം പ്രവർത്തിക്കുന്നുണ്ട്. ഉമാ പ്രേമൻ എന്ന സാമൂഹ്യ പ്രവർത്തകയാണതിന് നേതൃത്വം കൊടുക്കുന്നത്. ഉമാപ്രേമനെ എനിക്കു നേരിട്ടറിയാം. എണ്ണിയാൽ തീരാത്ത സഹായങ്ങളാണ് അവർ നിർധനരായ രോഗികൾക്ക് ചെയ്തുകൊടുക്കുന്നത്. ഡയാലിസിസിന് പണമില്ലാതെ മരണത്തിനു കീഴടങ്ങുമായിരുന്ന എത്രയോ ജീവിതങ്ങൾ അവർ തിരിച്ചുപിടിച്ചു. സൗജന്യമായ ഡയാലിസിസ് യൂണിറ്റുകൾ, ശസ്ത്രക്രിയകൾ, മരുന്നുകൾ-ഉറച്ച മനസ്സോടെ ഒരു സ്ത്രീ മുന്നിട്ടിറങ്ങിയപ്പോൾ ഉണ്ടായ നേട്ടങ്ങളാണിതൊക്കെ. ഉമാപ്രേമൻ മാത്രമല്ല. പ്രൊഫസർ ഭാനുമതി, ഷീബാ അമീർ-ഇവരൊക്കെ ദുരിതമനുഭവിക്കുന്നവർക്കു വേണ്ടി ജീവിതം സമർപ്പിച്ചവരാണ്. എന്റെ ഈ ചെറിയ പരിചയത്തിനു പുറത്ത് വേറെയും എത്രയോ പേർ നന്മയുടെ പ്രതീകങ്ങളായിട്ടുണ്ടാകും. അട്ടപ്പാടിയിൽ നിന്ന് പന്ത്രണ്ടോളം ആദിവാസിക്കുട്ടികളെ നാട്ടിലെത്തിച്ച് ട്യൂഷൻ കൊടുത്ത് എൻട്രൻസ് എഴുതിപ്പിച്ചു ഉമാ പ്രേമൻ. അവരിൽ

ഉമാ പ്രേമൻ സാമൂഹ്യപ്രവർത്തനത്തിനിടയിൽ

ആരെങ്കിലുമൊക്കെ നാളെ ഡോക്ടർമാരും എഞ്ചിനിയർമാരുമാകും. പഠിക്കാൻ ആഗ്രഹമുള്ള അടുത്ത തലമുറയിലെ കുട്ടികൾക്ക് അവർ വഴികാട്ടികളായേക്കും.

സ്നേഹവീട് എന്ന സിനിമയുടെ ഷൂട്ടിങ്ങിനു പോയപ്പോൾ അട്ടപ്പാടിയിലെ ആദിവാസി ഊരുകൾ ഞാൻ കണ്ടതാണ്. ഫോട്ടോ എടുത്ത് പ്രദർശിപ്പിക്കാവുന്ന വികസനമേ അവിടെ കാണാൻ പറ്റിയുള്ളൂ. പൊലീസും പരിവാരവും അനുയായികളുടെ ജയ് വിളികളുമില്ലാതെ നമ്മുടെ ഏതെങ്കിലുമൊരു മന്ത്രി അവിടെയൊന്നു സന്ദർശിച്ചെങ്കിൽ എന്നു ഞാനാഗ്രഹിച്ചു പോകുന്നു. മാലിന്യക്കൂമ്പാരങ്ങൾക്കിടയിൽ നിന്ന് ആഹാരം തേടുന്ന കൊച്ചു കുട്ടികളുടെ ദൃശ്യം നമ്മുടെ കണ്ണിൽ നിന്നു മാഞ്ഞിട്ടില്ല. വിഴിഞ്ഞത്തേക്കാൾ വലിയ വികസനം വേണ്ടത് ഇവിടെയല്ലേ? വിശക്കുന്ന വയറുകളില്ലാത്ത കേരളത്തിന് വേണ്ടിയല്ലേ നമ്മുടെ രാഷ്ട്രീയക്കാർ പ്രവർത്തിക്കേണ്ടത്?

വളാഞ്ചേരിയിലെ 'ചെഗുവേര ഫോറ'ത്തിനെപ്പറ്റി എന്നോടു പറഞ്ഞത് തിരക്കഥാകൃത്ത് ഇക്ബാൽ കുറ്റിപ്പുറമാണ്. പുതിയ സിനിമയുടെ കഥാചർച്ചയിലായിരുന്നു ഞങ്ങൾ.

അതിനിടയിലേക്കാണ് പ്രഭേട്ടൻ കയറി വന്നത്. പ്രായവ്യത്യാസമില്ലാതെ എല്ലാവരും പ്രഭേട്ടൻ എന്നു വിളിക്കുന്ന പ്രഭാകരൻ. 'അറബിക്കഥയിലെ ക്യൂബ മുകുന്ദനെപ്പോലെ ആത്മാർത്ഥയുള്ള കമ്യൂണിസ്റ്റുകാരനാണ് പ്രഭേട്ടൻ. പക്ഷേ, അത്തരക്കാർ എപ്പോഴും ഒറ്റപ്പെടുകയാണല്ലോ പതിവ്. പ്രഭേട്ടന്റെയും അതുപോലുള്ള ചില സഖാക്കളുടെയും സേവനം വേണ്ടെന്ന് പാർട്ടിയങ്ങ് തീരുമാനിച്ചു. പാർട്ടി രാഷ്ട്രീയത്തിൽ നിന്ന് സ്വതന്ത്രരായ അവർ 'ചെഗുവേര'എന്നൊരു ഫോറം സംഘടിപ്പിച്ചു. അതിൽ പക്ഷേ, ഒരു തുള്ളിപോലും രാഷ്ട്രീയമില്ല. മനസ്സിൽ നന്മയുള്ളവരുടെ ഒരു കൂട്ടായ്മ. ആർക്കും അതിൽ നിന്ന് ഒന്നും നേടേണ്ടതില്ല. പണം വേണ്ട, പ്രശസ്തി വേണ്ട, നാളെ അതിന്റെ പേരിൽ തിരഞ്ഞെടുപ്പിൽ മത്സരിക്കേണ്ട. പക്ഷേ, ആ നാട്ടിലെ പാവപ്പെട്ടവർ നെഞ്ചോടു ചേർത്തു വെച്ചിരിക്കുന്നു 'ചെഗുവേര ഫോറ'ത്തെ. അതിന്റെ പ്രധാന കാരണം, ആവശ്യമറിഞ്ഞ് പ്രവർത്തിക്കുന്ന മനസ്സാണ്. സമൂഹത്തിൽ സാമ്പത്തികമായി ഏറ്റവും പിന്നാക്കം നിൽക്കുന്നവരിലേക്കാണ് അവരുടെ ശ്രദ്ധ ആദ്യം പതിഞ്ഞത്. പല രോഗങ്ങൾക്കായി സ്ഥിരമായി മരുന്നു കഴിക്കേണ്ട രോഗികളുണ്ട്. പ്രമേഹത്തിനും പ്രഷറിനും ഹൃദ്രോഹത്തിനുമൊക്കെ. പക്ഷേ, പണമില്ലാത്തതുകൊണ്ട് പലർക്കും മുടങ്ങാതെ മരുന്നു കഴിക്കാൻ പറ്റാറില്ല.

ചിലർ ഒരു ദിവസത്തേക്കുള്ള മരുന്ന് നാലു ദിവസങ്ങളിലായി കഴിക്കും. അത്തരക്കാരെ കണ്ടെത്തി അവർക്ക് സൗജന്യമായി മരുന്നു നൽകാനാണ് 'ചെഗുവേര' മുന്നിട്ടിറങ്ങിയത്. നല്ല മനസ്സുള്ള ഒരുപാടു

പേർ ചെഗുവേരയോടൊപ്പം ചേർന്നു. പണമായും മരുന്നായും അവരുടെ സഹായം ചെഗുവേരയ്ക്ക് കൂട്ടായി. കുറെ ഡോക്ടർമാരുണ്ട് സംഘ ത്തിൽ. പലരും തങ്ങൾക്കു കിട്ടുന്ന സാമ്പിൾ മരുന്നുകൾ ചെഗുവേര യിലെത്തിക്കുന്നു. ഇന്നിപ്പോൾ വളാഞ്ചേരി പഞ്ചായത്തിലെ പാവപ്പെട്ട മുന്നൂറ് കുടുംബങ്ങളിലേക്ക് എല്ലാ ഒന്നാം തീയതിയും അവർക്കു വേണ്ട മരുന്നുകളെത്തുന്നു. സമീപപ്രദേശത്തു നിന്ന് സഹായം തേടിയെത്തു ന്നവരെയും പരിമിതികളിൽ നിന്നുകൊണ്ട് 'ചെഗുവേര' തൃപ്തിപ്പെടു ത്തുന്നു.

മനസ്സു നിറയുന്ന അറിവുകളാണിതൊക്കെ. കേരളത്തിലെ മറ്റു പഞ്ചാ യത്തുകളിലും പ്രഭേട്ടന്മാരും സുഹൃത്തുക്കളും ഉണ്ടായിരുന്നെങ്കിൽ എന്ന് ആഗ്രഹിച്ചു പോകുന്നു.

നമ്മളെ ദുരിതക്കയത്തിൽ നിന്ന് രക്ഷപ്പെടുത്താൻ കച്ചകെട്ടി ഇറ ങ്ങിയിരിക്കുന്ന എത്ര നേതാക്കളാണിവിടെ! മേക്കപ്പിട്ട് ചാനൽ ക്യാമറയ്ക്കു മുന്നിലിരുന്ന് പ്രസ്താവനകൾ നടത്തുന്ന ആർക്കെങ്കിലും ഇത്തരമൊരു ചലനം സൃഷ്ടിക്കാൻ സാധിക്കുന്നുണ്ടോ?

അധികാരം അഴിമതിക്കുള്ള ലൈസൻസായി മാറിയ കാലമാണിത്. കോഴയായി എത്ര കോടികൾ വേണമെങ്കിലും വാങ്ങാം, തെളിവുണ്ടാ കാതിരുന്നാൽ മതി.

കോഴിക്കോട്ടെ നൗഷാദ് എന്ന ഓട്ടോ ഡ്രൈവറെ ഓർക്കുക, ദുരന്ത ത്തിൽ പെട്ടത് ഏത് ജാതിക്കാരനാണെന്നോ ഏതു ദേശക്കാരനാ ണെന്നോ നോക്കാതെ രക്ഷപ്പെടുത്താനിറങ്ങി ജീവൻ ബലികൊടുത്ത നൗഷാദ് നമ്മുടെ മനസ്സിൽ ഒരു മുറിവായി നിൽക്കുന്നു. ആ മുറിവി ലേക്കും ചിലർ വർഗീയതയുടെ മുളകുപൊടിയെറിഞ്ഞു. പക്ഷേ, അവർക്കുള്ള മറുപടിയുമായി കാലം കാത്തു നിൽക്കുന്നുണ്ട്.

സങ്കടങ്ങളിലാണ്, നന്മയുടെ വെളിച്ചം എവിടെയാണെന്ന് നാം തിരി ച്ചറിയുന്നത്, ആ തിരിച്ചറിവാണ് നാളെ നമ്മളെ നയിക്കേണ്ടത്.

പൂരം: കണ്ണിലും കാതിലും

തൃശ്ശൂർ പൂരം സംവിധാനം ചെയ്തത് ആരാണെന്ന് ഇടയ്ക്കൊക്കെ ആലോചിക്കാറുണ്ട്. എത്ര കണ്ടാലും മതിവരാത്ത, എത്ര ആവർത്തിച്ചാലും വിരസമാകാത്ത കാഴ്ചകൾ. തെക്കോട്ടിറക്കവും കുടമാറ്റവും ഇലഞ്ഞിത്തറമേളവുമൊക്കെ എല്ലാ കൊല്ലവും നടക്കുന്നു. കണ്ടവർ തന്നെ വീണ്ടും വീണ്ടും കാണുന്നു. എന്നിട്ടും ആദ്യമായി കാണുന്നതുപോലെ ആസ്വദിക്കുന്നു. മത, രാഷ്ട്രീയ ദേശ ചിന്തകൾക്കതീതമായി വലിയൊരു സമൂഹത്തെ ഒരൊറ്റ മനസ്സാക്കി മാറ്റുന്ന മാജിക്കാണ് തൃശ്ശൂർ പൂരം.

കുട്ടിക്കാലത്ത് അന്തിക്കാട് നിന്ന് തൃശ്ശൂർ പട്ടണത്തിലേക്ക് കുറേക്കൂടി ദൂരമുണ്ടായിരുന്നു എന്ന് തോന്നിയിട്ടുണ്ട്. ഇന്നത്തെപ്പോലെ ഇടവിട്ടിടവിട്ടുള്ള ബസ്സുകളില്ല. കാറുകളുടെ ധാരാളിത്തമില്ല. പൂരത്തിന് രണ്ടു ദിവസം മുമ്പ് തന്നെ തൃശ്ശൂർ ശങ്കരയ്യർ റോഡിലുള്ള അമ്മാവന്റെ വീട്ടിലെത്തും. കല്യാണവീടുപോലെയാണവിടം. എല്ലാ ബന്ധുക്കളും വന്നിട്ടുണ്ടാവും. പലരെയും വർഷത്തിലൊരിക്കൽ കണ്ടുമുട്ടുന്നത് അപ്പോഴാണ്. ആകെ തിക്കും തിരക്കും ബഹളവും. അത് തന്നെ ഒരാഘോഷമാണ്. കുട്ടികൾക്ക് പോലും വിലക്കുകളില്ല, നിബന്ധനകളില്ല. തോന്നുമ്പോൾ ഇറങ്ങിപ്പോകാം, തോന്നുമ്പോൾ വന്നു കയറാം. എല്ലാം പൂരത്തിന്റെ ഭാഗം. ആ സ്വാതന്ത്ര്യമാണ് പൂരത്തെ കുറിച്ചുള്ള ആദ്യത്തെ ഓർമ്മ.

മനസ്സിൽ സിനിമ കൊടിയേറിയപ്പോൾ ശ്രദ്ധ മുഴുവൻ സിനിമയിലേക്കായി. താമസം മദിരാശിയിലും. അപ്പോഴും പൂരക്കാലത്ത് എന്തെങ്കിലും കാരണമുണ്ടാക്കി തൃശ്ശൂരെത്തും. പൂരപ്പറമ്പിൽ പോയില്ലെങ്കിലും വിരോധമില്ല. പക്ഷേ അടുത്തുണ്ടാകണം. ദിവസം മുഴുവൻ കാതുകളിൽ മേളപ്പെരുക്കം കേൾക്കണം. വെടിക്കെട്ടിന്റെ അകമ്പടിയോടെ ആകാശത്ത് വിരിയുന്ന അദ്ഭുതകാഴ്ചകൾ ദൂരെ നിന്നെങ്കിലും കാണണം. ഭഗവതിമാർ ഉപചാരം ചൊല്ലി പിരിയുന്നതുപോലെ അടുത്ത പൂരത്തിന് കാണാമെന്ന് സ്വയം പറയണം.

പണ്ടൊന്നും ഇലഞ്ഞിത്തറ മേളം അടുത്തു നിന്ന് കാണാൻ പറ്റിയിട്ടില്ല. അത്രയ്ക്ക് ജനക്കൂട്ടമാണ്. മതിലിന്റെ പുറത്ത് വലിഞ്ഞു കയറിയും മരക്കൊമ്പുകളിൽ തൂങ്ങിയുമൊക്കെയാണ് മേളം കാണുക. കുറച്ച് കൊല്ലങ്ങൾക്ക് മുമ്പ് മേളക്കാരോടൊപ്പം അവരുടെ കൂട്ടത്തിൽ നിന്ന് ഇലഞ്ഞിത്തറ മേളം കാണാനുള്ള ഭാഗ്യമുണ്ടായി. അത് ഭാഗ്യമാണോ നിർഭാഗ്യമാണോ എന്ന് മുഴുവൻ കേട്ടിട്ട് തീരുമാനിക്കാം.

സംഭവം ഇങ്ങനെയാണ്.

നാലോ അഞ്ചോ വർഷങ്ങൾക്ക് മുമ്പ്, എന്റെ ഏതോ സിനിമ കഴിഞ്ഞുള്ള വിശ്രമ സമയമാണ്. അപ്പോൾ മനോരമയിലെ ഉണ്ണി വാര്യർ വിളിച്ചു ചോദിച്ചു പൂരം കാണാൻ വരുന്നുണ്ടോ എന്ന്. ആളും ബഹളവും വെയിലും പേടിച്ച് പുറത്തിറങ്ങാതെ ടി.വി.യിൽ മഠത്തിൽ വരവും കണ്ടിരിക്കുകയായിരുന്നു. ഒരു കൂട്ട് കിട്ടിയ സന്തോഷത്തിൽ ചാടി പുറപ്പെട്ടു. ആൾക്കൂട്ടത്തിനിടയിലൂടെ പൂരക്കാഴ്ചകൾ കണ്ടു. ടി.വി. ചാനലുകളുടെ ക്യാമറയ്ക്ക് മുന്നിൽ പെടാതെ വിദഗ്ധമായി മുങ്ങി. ജയരാജ് വാര്യരും നന്ദകിഷോറുമൊക്കെ പൂരവിശേഷങ്ങൾ പങ്കു വെയ്ക്കുന്നത് മറഞ്ഞു നിന്ന് കണ്ടു. ഒടുവിൽ ഇലഞ്ഞിത്തറ മേളത്തിന്റെ സമയമായി.

"നമുക്ക് മീഡിയയ്ക്ക് വേണ്ടി ഒരുക്കിയ സ്ഥലത്ത് നിക്കാം. സ്വസ്ഥമായി മേളം കേൾക്കാം", ഉണ്ണി വാര്യർ പറഞ്ഞു. അത്രയും അടുത്ത് നിന്ന് ഞാനിതുവരെ ഇലഞ്ഞിത്തറ മേളം കണ്ടിട്ടില്ല. പെരുവനം കുട്ടൻ മാരാർ അടക്കമുള്ള കലാകാരന്മാർ ചെണ്ടകളും മറ്റു വാദ്യങ്ങളുമായി അരങ്ങിലെത്തി. പെട്ടെന്ന് പൂരക്കമ്മറ്റിയുടെ ഒരു മുഖ്യഭാരവാഹി എന്നെ കണ്ടു.

"സത്യേട്ടൻ ഇങ്ങോട്ട് പോരൂ. ഇവിടെ നിൽക്കാം!" മേളക്കാർക്കിടയിലേക്ക് അദ്ദേഹമെന്നെ ക്ഷണിച്ചു.

ഉണ്ണി ഉപദേശിച്ചു. "ഇവിടെ നിന്നാൽ മതി. സൗകര്യമായി കാണാം."

ഭാരവാഹിയുടെ വിളി വീണ്ടും. "വരൂ.. സത്യേട്ടൻ ഞങ്ങളുടെ വി ഐ പി അല്ലേ... മേളക്കാർക്ക് നടുവിൽ നിന്ന് കാണാം. മടിക്കേണ്ട, വന്നോളൂ...'

അതെന്റെ ഉള്ളിലെവിടെയോ ചെന്ന് കൊണ്ടു. അല്പം പൊങ്ങച്ചം അറിയാതെ തല നീട്ടിയോ എന്നൊരു സംശയം. പത്രക്കാർക്കൊന്നും കിട്ടാത്ത പരിഗണനയാണ്.

പത്രക്കാരോട് എനിക്ക് സഹതാപം തോന്നി. പാവങ്ങൾ! വേലി

കെട്ടിത്തിരിച്ച ഈ കൊച്ചുസ്ഥലത്തിനപ്പുറം പോകാൻ അവർക്കനുവാദമില്ല.

ഉണ്ണിയെ നിർദാക്ഷിണ്യം തഴഞ്ഞ്, അഹങ്കാരത്തിനെ വിനയത്തിന്റെ ചിരിയിൽ പൊതിഞ്ഞ് ഞാൻ മേളക്കാർക്കിടയിലെത്തി.

മുന്നൂറിൽപ്പരം വാദ്യ കലാകാരന്മാരാണ്. ചെണ്ട തന്നെയുണ്ട് എണ്ണിയാൽ തീരാത്തത്ര. കാത്തു കാത്തു നിൽക്കേ മേളം തുടങ്ങി. ഒരു അപകടം ഞാൻ അപ്പോൾത്തന്നെ മണത്തു. എല്ലാ ചെണ്ടകളും ഒരുമിച്ച് ഒരേ സ്ഥായിയിൽ ഉണരുകയാണ്. എന്റെ കാതുകൾക്ക് ഉൾക്കൊള്ളാനാവുന്നതിനേക്കാൾ വലിയ ഇരമ്പം. ആരംഭിച്ചിട്ടേയുള്ളൂ. മണിക്കൂറുകൾ ബാക്കിയുണ്ട്. മേളം ശക്തമാകുമ്പോൾ ചെവിക്കല്ല് പൊട്ടിയേക്കും എന്നെനിക്ക് ബോധ്യമായി. ഇനി തിരിച്ചു പോകാൻ പറ്റില്ല. നോക്കുമ്പോൾ ചെണ്ടക്കാർക്ക് പിന്നിൽ കുറേ പേർ വരിവരിയായി നിശ്ശബ്ദം നിൽക്കുന്നു. അവർക്ക് പിറകിലാണ് സുരക്ഷിതസ്ഥാനം എന്ന് കണക്കുകൂട്ടി ഞാനങ്ങോട്ട് മാറിനിന്നു. അല്പം ഭേദമാണ് എങ്കിലും പത്രക്കാരോടൊപ്പം നിൽക്കുന്നതായിരുന്നു നല്ലത്.

മേളം ഒരു പ്രത്യേക ഘട്ടത്തിലെത്തിയപ്പോൾ എന്നെ അമ്പരപ്പിച്ചുകൊണ്ട് മുന്നിൽ ശാന്തരായി നിന്നവർ സട കുടഞ്ഞ് ഉണർന്നു. കൊമ്പ് കലാകാരന്മാരായിരുന്നു അവർ. താഴ്ത്തി വച്ചിരുന്ന വളഞ്ഞ കൊമ്പുകൾ ഒരുമിച്ചുയർത്തി "പെപ്പ പെപ്പരപ്പേ" എന്ന് കോറസ്സായി അവർ വായന തുടങ്ങി. കൃത്യം എന്റെ കാതുകളിലേക്ക്. ഒഴിഞ്ഞു മാറാൻ ഇടമില്ല. ഓടിപ്പോകാൻ വഴിയില്ല. രണ്ടും കല്പിച്ച് ഞാൻ കാതുകൾ പൊത്തി. അപ്പോൾ പോക്കറ്റിൽ കിടക്കുന്ന മൊബൈൽ ഫോൺ ചലിക്കുന്നു. എടുത്ത് കാതോട് ചേർത്ത് വച്ചപ്പോൾ സംവിധായകൻ രഞ്ജിത്താണ്. മദ്രാസിലെ ഒരു ഹോട്ടൽ മുറിയിലിരുന്ന് ലൈവായി ഇലഞ്ഞിത്തറമേളം കാണുകയായിരുന്ന രഞ്ജിത്ത് ചോദിച്ചു, "എന്താണ് ചെവി പൊത്തി നിൽക്കുന്നത്?"

നോക്കുമ്പോൾ പല ചാനൽ ക്യാമറകളും എന്റെ നേരെയാണ്. ഒരാൾ കാതുകൾ പൊത്തി മേളം ആസ്വദിക്കുന്ന കാഴ്ച കാണികൾക്ക് കൗതുകമാണല്ലോ. പിന്നെ ഞാൻ സംശയിച്ചില്ല. കൈ രണ്ടും താഴെയിട്ട് വരുന്നത് വരട്ടെ എന്ന് വച്ച് മേളം കണ്ടു. അവസാനത്തെ കൂട്ടപ്പൊരിച്ചിലും കഴിഞ്ഞ് കുട്ടൻ മാരാരെയും കൂട്ടരെയും അഭിനന്ദിച്ച് പുറത്തേക്കിറങ്ങിയപ്പോൾ ചുറ്റും എന്തൊരു ശാന്തത! പൂരപ്പറമ്പാണെന്നേ തോന്നില്ല. ഒരു ബഹളവുമില്ല.

ഉണ്ണി വന്ന് എന്തോ ചോദിക്കുന്നു. ഡബ്ബ് ചെയ്യാത്ത ഷോട്ട് പോലെ ചുണ്ടുകളുടെ ചലനം മാത്രമേയുള്ളൂ. ഒന്നും മനസ്സിലായില്ല. "കാത് അടഞ്ഞു പോയി. കുഴപ്പമില്ല. കുറച്ച് കഴിയുമ്പോൾ ശരിയാകും" -ഞാൻ പറഞ്ഞു.

തിരിച്ച് അന്തിക്കാട്ടേക്ക് കാർ ഓടിക്കുമ്പോഴും ശബ്ദങ്ങളൊന്നും കേൾക്കാനില്ല. പഴയ ഒരു അവാർഡ് ഫിലിം കാണുന്ന പോലെ. വീട്ടിലെത്തിയപ്പോൾ ഭാര്യ നിമ്മി എന്തോ ചോദിച്ചു. ഉറക്കെ പറയുന്നത് മാത്രം പതുക്കെ കേൾക്കാം.

"ഒന്നുറങ്ങി എഴുന്നേൽക്കുമ്പോഴേക്കും ശരിയാകും. പുലർച്ചെ വെടിക്കെട്ട് കാണാൻ പോകേണ്ടതല്ലേ.."

നിമ്മിയുടെ ഉപദേശമനുസ്സരിച്ച് ഒന്നുറങ്ങി. ഉണർന്നിട്ടും ഒരു മാറ്റവുമില്ല. തൃശ്ശൂരിലെ ഫ്ളാറ്റിന്റെ ടെറസ്സിൽ കയറി നിന്ന് വെടിക്കെട്ട് കണ്ടു. പ്രകമ്പനം കൊള്ളിക്കുന്ന വെടിക്കെട്ടിന്റെ ആരവത്തിൽ മറ്റെല്ലാവരും കാത് പൊത്തിയപ്പോൾ ഞാൻ കൂസലില്ലാതെ നിന്നു. എ.ആർ. റഹ്മാന്റെ പശ്ചാത്തല സംഗീതം കേൾക്കുന്ന പോലെയേ എനിക്ക് തോന്നിയുള്ളൂ.

പിറ്റേന്ന് എന്റെ ബന്ധു കൂടിയായ ഡോക്ടർ മനോമോഹനെ ചെന്ന് കണ്ടു. സാധാരണ ഇരുപത്തിനാല് മണിക്കൂറിനുള്ളിൽ ശരിയാകേണ്ടതാണ്. പിന്നെ ഇപ്പോൾ ചെറുപ്പമല്ലല്ലോ. ഇയർ ഡ്രമ്മിന് എന്തെങ്കിലും കേട് പറ്റിയിട്ടുണ്ടോയെന്ന് പരിശോധിക്കാം. നാളെയാകട്ടെ.

എന്റെ മനസ്സിലെ തമാശയൊക്കെ പോയി. ഇനി സിനിമ സംവിധാനം ചെയ്യുമ്പോൾ നടീനടന്മാരുടെ സംഭാഷണത്തിലെ ഏറ്റക്കുറച്ചിലുകൾ ഞാനെങ്ങനെ തിരിച്ചറിയും? ഡബ്ബിങ്ങിൽ തെറ്റ് പറ്റുമ്പോൾ എങ്ങനെ തിരുത്തും? അല്പനേരത്തേക്കെങ്കിലും അഹങ്കരിച്ച് പോയതിൽ ഞാൻ എന്നെത്തന്നെ ശപിച്ചു.

പക്ഷേ പിറ്റേന്ന് രാവിലെ ഉണരുമ്പോൾ എന്റെ മൊബൈൽ ശബ്ദിക്കുന്നത് ഞാൻ കേട്ടു. അതിരാവിലെ ഫോണടിച്ചാൽ "ഇതെന്തൊരു ശല്യം!" എന്ന് തോന്നാറുള്ളതാണ്. പക്ഷേ ഇപ്പോൾ ആ ശബ്ദത്തിന് എന്തൊരു മാധുര്യം. നാടോടിക്കാറ്റിൽ പശു അമറുന്ന ശബ്ദം കേൾക്കുമ്പോൾ "ഐശ്വര്യത്തിന്റെ സൈറൺ മുഴങ്ങുന്നത് പോലെ" എന്ന് ദാസനും വിജയനും പറഞ്ഞത് പോലെ തികച്ചും സംഗീതാത്മകം.

ഫോണിന്റെ മറുതലയ്ക്കൽ ഒരു അഭിനയമോഹിയായിരുന്നു. ശബ്ദത്തിന്റെ ലോകത്തേക്ക് എന്നെ വിളിച്ചുണർത്തിയ അയാളോട് അങ്ങേയറ്റം സൗമ്യമായി ഞാൻ പറഞ്ഞു. "അടുത്ത പടത്തിൽ നിങ്ങൾക്ക് പറ്റിയ വേഷമൊന്നും ഇല്ല. എന്തായാലും വിളിച്ചതിന് ഒരായിരം നന്ദി."

ഈ വർഷവും പൂരം കാണാൻ പോകും. ഇലഞ്ഞിത്തറമേളവും കാണണം. ഭാരവാഹികളൊന്നും അറിയാതെ പത്രക്കാരുടെ പിറകിൽ ഒരു മഹാസാധുവായി നിന്ന് ഞാനത് ആസ്വദിക്കും.

അക്ബർ: വീട്ടുമുറ്റത്തേക്ക് വീണ നിലാവ് പോലെ ഒരാൾ

അക്ബർ കക്കട്ടിൽ പോയതറിഞ്ഞ് അതിരാവിലെ മമ്മൂട്ടി വിളിച്ചു. ഞങ്ങൾ തമ്മിലുള്ള ബന്ധം മമ്മൂട്ടിക്കറിയാം. വിവരം പറഞ്ഞതിന് ശേഷം മമ്മൂട്ടി ചോദിച്ചു: "ഇന്നാര് എന്ന് ചോദിച്ചാണോ ഓരോ ദിവസവും പുലരുന്നത്?" മണിക്കൂറുകളുടെ ഇടവേളയിൽ ഒ.എൻ.വി. കുറുപ്പ്, ആനന്ദക്കുട്ടൻ, രാജാമണി... ഇപ്പോൾ എന്റെ പ്രിയപ്പെട്ട അക്ബറും.

സിനിമയും സംവിധാനവും ഒന്നുമില്ലാത്ത കാലത്ത് തുടങ്ങിയതാണ് ഞാനും അക്ബറും തമ്മിലുള്ള ബന്ധം. അത്ര ചെറുപ്പത്തിൽ. അന്ന് ഞങ്ങൾ 'മാതൃഭൂമി' ബാലപംക്തിയിലെ സ്ഥിരം എഴുത്തുകാരായിരുന്നു. ഞാൻ കവിതയും കഥയും എഴുതുമായിരുന്നു. അക്ബർ അന്നേ കഥയുടെ തട്ടകത്തിൽത്തന്നെയായിരുന്നു ഉറച്ച് നിന്നത്. ബാലപംക്തിയിൽ എഴുതിയിരുന്ന കുട്ടികളെ കവി കുഞ്ഞുണ്ണിമാസ്റ്റർ കത്തുകളിലൂടെ പരസ്പരം കൂട്ടിയിണക്കിയിരുന്നു. അക്ബർ കക്കട്ടിൽ, ഞാൻ, ഹിരണ്യൻ, ടി.വി. കൊച്ചുബാവ എന്നിവരായിരുന്നു ആ സംഘം. ഇതിൽ ഞാനും അക്ബറും തമ്മിലാണ് ഏറ്റവും വേഗത്തിലും ആഴത്തിലും അടുത്തത്. ഞങ്ങൾക്ക് രണ്ടുപേർക്കും നർമ്മത്തിനോടുള്ള താത്പര്യമാവാം കാരണം എന്ന് ഇന്നാലോചിക്കുമ്പോൾ തോന്നുന്നു. അന്ന് അക്ബർ എനിക്ക് കക്കട്ടിൽനിന്ന് വളരെ ദീർഘമായ കത്തുകൾ എഴുതും. കുഞ്ഞുകുഞ്ഞക്ഷരങ്ങളിൽ സാഹിത്യം പതയുന്ന കത്തുകൾ. ഞാൻ അവയ്ക്ക് കൃത്യമായ മറുപടികളും എഴുതും. ഈ കത്തിടപാടുകൾ എന്റേയും അക്ബറിന്റേയും ബന്ധത്തെ മറ്റൊരു തലത്തിലേക്കെത്തിച്ചു. ആത്മബന്ധുക്കൾ എന്ന് പറയാവുന്ന രീതിയിൽ അത് മുറുകി. അക്ഷരങ്ങളാൽ വിളക്കിച്ചേർത്ത ബന്ധം.

അക്കാലത്താണ് ഞങ്ങൾ എം.ടി. വാസുദേവൻനായരും എൻ.പി. മുഹമ്മദും ചേർന്നെഴുതിയ 'അറബിപ്പൊന്ന്' എന്ന നോവൽ വായിക്കുന്നത്. രണ്ട് പേർക്കും അത് വല്ലാതെ ഇഷ്ടമായി. ഒരു ദിവസം അക്ബർ എന്നോട് ചോദിച്ചു:

'സത്യാ നമുക്ക് രണ്ടുപേർക്കും ചേർന്ന് ഒരു നോവലെഴുതിയാലോ?'

കേട്ടപ്പോൾ ഞാനൊന്ന് പതറി. പക്ഷേ, അക്ബർ തുടർന്നു:

'... ആദ്യഭാഗങ്ങൾ ഞാൻ എഴുതാം. സത്യൻ തുടർന്നെഴുതിയാൽ മതി.' പതറിക്കൊണ്ട് തന്നെ ഞാൻ സമ്മതിച്ചു. അക്ബർ അത് എഴുതിത്തുടങ്ങിയോ എന്നെനിക്കറിയില്ല. ഞാനേതായാലും അടുത്തമാസം തന്നെ മദ്രാസിലേക്ക് വണ്ടി കയറി. സിനിമയുടെ ലോകം തേടി. കഴിഞ്ഞ മാസം കോഴിക്കോട്ട് സുഭാഷ് ചന്ദ്രന്റെ പുസ്തകപ്രകാശനത്തിന്റെ ചടങ്ങിൽ വച്ച് കണ്ടപ്പോൾ അക്ബർ എന്നോട് ചോദിച്ചു:

'നോവൽ എഴുതാൻ കൂടാമെന്ന് പറഞ്ഞ് എന്നെ പറ്റിച്ച് മദ്രാസിലേക്ക് പോയ ആളല്ലേ നീ?'

ഇനി ആ നോവൽ പിറക്കില്ല. പിറന്നാലും അതിൽ ആദ്യഭാഗം ഉണ്ടാവില്ല.

അക്ബറുമായുള്ള എന്റെ ബന്ധത്തിന്റെ രണ്ടാംഘട്ടം ഞാൻ സിനിമയിലും അവൻ സാഹിത്യത്തിലും സജീവമായതിന് ശേഷമാണ്. അക്ബറിന്റെ 'അദ്ധ്യാപകകഥകൾ' എനിക്കേറ്റവും ഇഷ്ടപ്പെട്ട രചനയായിരുന്നു. അതിന്റെ സിനിമാരൂപം ചെയ്യാൻ താത്പര്യമുണ്ടായിരുന്നു. ഞാനിത് അവനോട് പറഞ്ഞു. പ്രാരംഭ ചർച്ചകൾക്കായി ഞാൻ കോഴിക്കോട്ടെത്തി. അളകാപുരിയിൽവച്ചായിരുന്നു സംസാരം. രാത്രി ഏറെ വൈകുംവരെ ഞങ്ങൾ സംസാരിച്ചു. രാത്രി വീട്ടിൽപ്പോയി പിറ്റേന്ന് രാവിലെ മുറിയിൽവന്ന് അക്ബർ എന്നോട് പറഞ്ഞു;

'സത്യാ, എന്നെ ഈ പദ്ധതിയിൽനിന്ന് ഒഴിവാക്ക്. സിനിമ എനിക്ക്

അക്ബർ കക്കട്ടിലിനുമൊപ്പം വേദി പങ്കിട്ടപ്പോൾ

പറഞ്ഞ മേഖലയല്ല. നീയും ശ്രീനി (ശ്രീനിവാസൻ)യും ചേർന്ന് അത് ചെയ്താൽ നന്നാവും. അത് മതി'

എനിക്കന്ന് ഒരേ സമയം സങ്കടവും അദ്ഭുതവുംതോന്നി. സങ്കടം ആ പദ്ധതി തുടക്കത്തിൽത്തന്നെ മുടങ്ങിപ്പോയല്ലോ എന്നോർത്ത്.

സിനിമയോടുള്ള അക്ബറിന്റെ മനോഭാവം ഓർത്ത് അദ്ഭുതം തോന്നി. സിനിമാ മേഖലയിലേക്ക് എങ്ങനെയെങ്കിലും വരാൻ എഴുത്തുകാരടക്കം എല്ലാവരും പെടാപ്പാട് പെടുന്ന സമയത്താണ് അക്ബർ തന്റെ ഇടമല്ല സിനിമ എന്ന് തിരിച്ചറിഞ്ഞ് വഴിമാറുന്നത്. താൻ ചെയ്യുന്നതിനെപ്പറ്റിയും പറയുന്നതിനേപ്പറ്റിയും നല്ല ബോധ്യം അക്ബറിനുണ്ടായിരുന്നു. കഴിവുകളേപ്പറ്റിയും പരിമിതികളേപ്പറ്റിയും അവന് നന്നായി അറിയാമായിരുന്നു.

എന്റെ സിനിമാ ചിത്രീകരണത്തിനിടയിലേക്ക് എപ്പോഴും കടന്നു വരാവുന്ന ഒരാളായിരുന്നു അക്ബർ. വന്നു കഴിഞ്ഞാൽ ഒരു ദിവസം അവിടെയുണ്ടാവും. പോകുമ്പോഴേക്കും അഭിനേതാക്കൾ അടക്കമുള്ള എല്ലാവരും അവന്റെ സുഹൃത്തുക്കളായിട്ടുണ്ടാവും. എവിടേയും സൗഹൃദത്തിന്റെ വലവിരിക്കാനുള്ള അപാരമായ കഴിവ് അക്ബറിനുണ്ടായിരുന്നു. ഒരിക്കൽ ആ സൗഹൃദവൃത്തത്തിനകത്ത് എത്തിയാൽ ആർക്കും അതിൽനിന്ന് പുറത്ത്പോരാൻ സാധിക്കില്ല. കാരണം അക്ബർ ആരോടും തെറ്റാറില്ല. തെറ്റിയാൽത്തന്നെ അടുത്ത ചിരിയിൽ അത് തീരും.

ഒരു മാസം മുമ്പ് കോഴിക്കോട് വച്ച് കണ്ടപ്പോൾ അക്ബർ ഭാര്യ ജമീലയേയും മകളേയും കൂട്ടി എന്റെ മുറിയിൽ വന്നു. അവർ ദുബായിലേക്ക് പോകുകയായിരുന്നു.

അവൻ പറഞ്ഞു:

'ഇത്ര അടുപ്പമുണ്ടായിട്ടും നമ്മൾ ഇതുവരെ നല്ല ഫോട്ടോകൾ എടുത്തിട്ടില്ല. ഇന്ന് കുറച്ച് ഫോട്ടോകൾ എടുക്കണം.'

അത് പറഞ്ഞ് കുറേ ഫോട്ടോ എടുപ്പിച്ചു. എന്തിനായിരുന്നു അക്ബർ അന്ന് നിർബന്ധിച്ച് ഫോട്ടോ എടുപ്പിച്ചത്? അവന് എന്തെങ്കിലും നേരത്തേ അറിയാമായിരുന്നോ?

എപ്പോഴും ഞാൻ പറയാറുണ്ട്. അക്ബർ കക്കട്ടിൽ ഒരാളല്ല. പല അക്ബർമാർ ഉണ്ട്. എഴുത്തുകാരനായ അക്ബർ, സുഹൃത്തായ അക്ബർ, അദ്ധ്യാപകനായ അക്ബർ, സംഘാടകനായ അക്ബർ, പ്രഭാഷകനായ അക്ബർ, പാഠപുസ്തകക്കമ്മിറ്റിയിലെ അംഗമായ അക്ബർ, നർമ്മസംഭാഷണപ്രിയനായ അക്ബർ... ഇതിൽ ഏത് അക്ബറാണ് നഷ്ടപ്പെട്ടത്? ഏതോ ഒരക്ബർ മാത്രമേ നമ്മോട് വിടപറഞ്ഞ് പോയിട്ടുള്ളൂ എന്ന് ഞാൻ വിശ്വസിക്കുന്നു. വീട്ടുമുറ്റത്തേക്ക് വീണ നിലാവ് പെട്ടെന്ന് മാഞ്ഞുപോയതുപോലെയാണ് അക്ബർ പോയത്. ഇനി ഓർമ്മയിൽ ആ നിലാവിന്റെ തണുപ്പുമാത്രം- ഒരിക്കലും ഉണങ്ങാത്ത കണ്ണീരിന്റെ ഉപ്പുകലർന്ന, സൗഹൃദത്തിന്റെ, സ്നേഹത്തിന്റെ തന്മാത്രകൾ നിറഞ്ഞ ഓർമ്മ.

ശ്രീനിവാസന്റെ ചതി

കുറച്ചു ദിവസം മുമ്പാണ്. ഒരു സിനിമ കാണാൻ പോയി. വളരെ പ്രതീക്ഷയോടെയായിരുന്നു പോയത്. കണ്ടപ്പോൾ പക്ഷേ, നിരാശ തോന്നി. കണ്ട കാര്യം ആരും അറിയണ്ട എന്നു വിചാരിക്കുമ്പോൾ 'വാട്സ് ആപ്പിൽ' അതിലെ പ്രധാന നടന്റെ മെസ്സേജ്.

"സിനിമ കണ്ടു എന്ന് ഞാനറിഞ്ഞു. തിയേറ്റർ മാനേജർ പ്രൊഡ്യൂസറെ വിളിച്ചു പറഞ്ഞിരുന്നു. എന്താണഭിപ്രായം?"

ഇപ്പോഴാണ് നമ്മൾ പ്രേംനസീറിനെ മനസ്സിൽ ധ്യാനിക്കുക. ഒരാളെയും വിഷമിപ്പിക്കുന്ന ഒന്നും അദ്ദേഹം പറയില്ല. പക്ഷേ, അദ്ദേഹത്തിന്റെ വാക്കുകൾ സൂക്ഷ്മമായി പരിശോധിച്ചാൽ കാര്യം പിടികിട്ടുകയും ചെയ്യും.

മറുപടി 'പറയുക'യല്ലല്ലോ. 'എഴുതുക'യല്ലേ വേണ്ടൂ. കരുതലോടെ ഞാൻ മെസ്സേജ് ടൈപ്പ് ചെയ്തു.

"കാണാൻ മനോഹരമായിട്ടുണ്ട്. അതിശയിപ്പിക്കുന്ന വിഷ്വൽസ്. അഭിനയിച്ചവരെല്ലാം നന്നായി. പിന്നെ ഒരു ന്യൂജൻ സ്ക്രിപ്റ്റാണ്. അതിന്റെ ഗുണവും ദോഷവുമുണ്ട് സിനിമയ്ക്ക്."

"താങ്ക് യൂ. യു ആർ റൈറ്റ്" എന്ന് പെട്ടെന്ന് മറുപടി വന്നു. കൂടുതൽ ചർച്ചകൾക്കു നിൽക്കാതെ ഞാൻ ഫോൺ ഓഫാക്കി. ഫോൺ ഓഫായെങ്കിലും സിനിമ കണ്ടതിനു ശേഷമുള്ള പ്രതികരണങ്ങളെപ്പറ്റി ചില ഓർമകൾ ഓൺ ആവുകയായിരുന്നു.

സിനിമക്കാർക്കിടയിൽ പണ്ടൊരു പതിവുണ്ട്. എഡിറ്റിങ് ഒക്കെ കഴിഞ്ഞ് പശ്ചാത്തല സംഗീതം കൊടുക്കുന്നതിനുമുമ്പായി വേണ്ടപ്പെട്ടവരെ സിനിമ കാണിച്ച് അഭിപ്രായം ചോദിക്കും. സിദ്ദിഖ് (സിദ്ദിഖ് ലാൽ) പറഞ്ഞൊരു കഥയുണ്ട്.

സിദ്ദിഖും ലാലും ഫാസിലിനൊപ്പം ജോലി ചെയ്യുന്ന സമയത്ത് സുഹൃത്തായ ഒരു അസിസ്റ്റന്റ് ഡയറക്ടർ അയാൾ വർക്ക് ചെയ്ത സിനിമയുടെ ആർ.ആർ.പ്രിന്റ് (അങ്ങനെയാണ് റി-റിക്കാർഡിങ്ങിനു

മുമ്പുള്ള പ്രിന്റിനെ പറയുക) കാണിക്കാൻ കൊണ്ടുപോയി. പടം കഴിഞ്ഞ് പുറത്തിറങ്ങിയപ്പോൾ സിദ്ദിഖിനും ലാലിനും ഇഷ്ടമായില്ലേ എന്ന് സുഹൃത്തിനൊരു സംശയം.

സംവിധായകൻ വേറെ ആളാണ്. എങ്കിലും താനുംകൂടി ഉൾപ്പെട്ട സിനിമയാണല്ലോ. ചെറിയൊരു ചമ്മലോടെ അയാൾ പറഞ്ഞു. "ഇത് ഫൈനലല്ല കേട്ടോ. കുറച്ചുകൂടി കറക്ട് ചെയ്യാനുണ്ട്."

"അയ്യോ, ഇതിലെന്ത് കറക്ഷൻ, ഇത് ഓക്കെയാണല്ലോ" എന്നായി സിദ്ദിഖ്.

"അല്ല ചില ഭാഗത്തൊക്കെ ഒന്നുകൂടി ശരിയാകാനുണ്ട്." സുഹൃത്തിന് സംശയം വിട്ടിട്ടില്ല.

സിദ്ദിഖ് അയാളോട് പറഞ്ഞുവത്രെ – "ഒരു കറക്ഷനും വരുത്തേണ്ടതില്ല. ഇനി അഥവാ എന്തെങ്കിലും കറക്ഷൻ വരുത്താൻ ഉദ്ദേശിക്കുന്നുണ്ടെങ്കിൽ ഇപ്പോൾ കണ്ട എല്ലാ സീനുകളും തീയിട്ടു കളഞ്ഞ് വേറെ സ്ക്രിപ്റ്റ് എഴുതി ഷൂട്ട് ചെയ്യണം. അല്ലാതെ ഇതിലിനി ഒന്നും ചെയ്യാനില്ല."

സിദ്ദിഖിന്റെ നർമബോധത്തിന്റെ ഒന്നാന്തരം തെളിവായിരുന്നു ആ മറുപടി. കാരണം അത്രയ്ക്കും ബോറായിരുന്നുവത്രെ ആ സിനിമ.

ഒരു ചിത്രം റിലീസ് ചെയ്യുന്ന ദിവസമാണ് സംവിധായകൻ ഏറ്റവും കൂടുതൽ മാനസിക സമ്മർദം അനുഭവിക്കുക. ആദ്യ ഷോ കഴിഞ്ഞ് പ്രേക്ഷകർ എന്തു പറയുന്നു എന്നറിയാൻ കാതോർത്തിരിക്കും. തിയേറ്റർ നിറയുന്നതിലല്ല കാര്യം, കാണുന്നവർക്ക് പടം ഇഷ്ടപ്പെടുന്നുണ്ടോ എന്നതു മാത്രമാണ്. ചില സിനിമകൾക്ക് ആദ്യ ദിവസം കളക്ഷൻ കുറഞ്ഞെന്നിരിക്കും. പക്ഷേ, അഭിപ്രായം നല്ലതാണെങ്കിൽ പിന്നീടുള്ള ദിവസങ്ങളിൽ അതിന്റെ പ്രതിഫലനം കാണാം. തിരിച്ചും ഉണ്ടാകാറുണ്ട്. കൊട്ടിഘോഷിച്ചു കൊണ്ടാവും തുടക്കം. പക്ഷേ, രണ്ടുമൂന്നു ദിവസം കഴിയുമ്പോഴേക്കും തിയേറ്ററിൽ ആളില്ലാതാകും. തമിഴ് സിനിമകൾക്കാണ് അത്തരം അനുഭവങ്ങൾ കൂടുതലുണ്ടാകാറുള്ളത്. സൂപ്പർ സ്റ്റാറിന്റെ കൂറ്റൻ ഫ്ളക്സുകളിൽ പാലഭിഷേകവും പൂമാല തോരണവുമൊക്കെ വെറുതെയായിപ്പോകും.

അസാമാന്യ നർമബോധമുള്ള വ്യക്തിയായിരുന്നു സംവിധായകൻ പവിത്രൻ. ഒരു മുഖംമൂടിയുമില്ലാത്ത പച്ച മനുഷ്യൻ. തൃശ്ശൂരിലെ സാംസ്കാരിക സദസ്സുകളിൽ സജീവസാന്നിധ്യമായിരുന്നു അദ്ദേഹം. ലോഹിതദാസും ഞാനുമൊക്കെ അദ്ദേഹത്തിന്റെ സംസാരം കേൾക്കാൻ ചുറ്റും കൂടാറുണ്ട്.

ഓർത്തു ചിരിക്കാവുന്ന ഒരുപാടു കാര്യങ്ങൾ അദ്ദേഹം പറയും. അതും തനി തൃശ്ശൂർ ഭാഷയിൽ. ജയരാജ് വാരിയർ അതി മനോഹരമായി പവിത്രനെ അനുകരിക്കാറുണ്ട്.

ഭരതന്റെ ഒരു സിനിമ റിലീസ് ചെയ്ത സമയത്ത് പവിത്രന്റെ പ്രതികരണത്തെപ്പറ്റി ലളിതച്ചേച്ചി (കെ.പി.എ.സി. ലളിത) പറഞ്ഞു ചിരിക്കാറുണ്ട്. ഭരതനും പവിത്രനും ഇണപിരിയാത്ത കൂട്ടുകാരായിരുന്നു. മദിരാശിയിൽ വന്നാൽ ഭരതന്റെ വീട്ടിലാണ് പവിത്രൻ താമസിക്കുക. അവർ ഒരുമിച്ചാണ് യാത്രകൾ പോവുക. ഒരു കുടുംബംപോലെ എന്നു പറയാറില്ലേ? അത്തരം സൗഹൃദം. ഭരതന്റെ (അത്ര പ്രസിദ്ധമല്ലാത്ത) ഒരു സിനിമ റിലീസ് ചെയ്തതിന്റെ പിറ്റേന്നാണ്. സിനിമയെപ്പറ്റി ഭരതനു തന്നെ അത്ര വിശ്വാസം പോര. എങ്കിലും പ്രേക്ഷകർ എങ്ങനെയെടുക്കുന്നു എന്നറിയണമല്ലോ. ലളിതച്ചേച്ചിയാണു പറഞ്ഞത്-" പവിത്രനോടു ചോദിച്ചു നോക്കാം. പവിത്രനാകുമ്പോൾ ഉള്ളത് ഉള്ള പോലെ പറയും" എന്ന്.

ഭരതന്റെ സിനിമയായതുകൊണ്ട് ആദ്യ ദിവസംതന്നെ പവിത്രൻ കാണും എന്ന് രണ്ടുപേർക്കുമറിയാം.

ഭരതൻ പവിത്രനെ ഫോണിൽ വിളിക്കുന്നു. ലളിതച്ചേച്ചി അടുത്തിരിപ്പുണ്ട്.

പവിത്രന്റെ മറുപടി -

"സിനിമ കണ്ടവർക്ക് രണ്ടഭിപ്രായമുണ്ട് ഭരതാ."

ഭരതന് ചെറിയൊരു ആശ്വാസമായി. രണ്ട് അഭിപ്രായമുണ്ടല്ലോ. കുറേ പേർക്ക് ഇഷ്ടപ്പെട്ടിരിക്കും. ഇഷ്ടപ്പെടാത്തവരുമുണ്ടാകും. അതാണ് രണ്ടഭിപ്രായം.

പവിത്രൻ പക്ഷേ, വിശദീകരിച്ചത് ഇങ്ങനെയായിരുന്നു-

"സിനിമ 'വളരെ മോശമാണെന്ന്' ഒരഭിപ്രായം. പിന്നെ, സിനിമ 'മോശമല്ലേ' എന്ന് മറ്റൊരു അഭിപ്രായം."

ഒരു സെക്കന്റ് കഴിഞ്ഞപ്പോഴാണ് ഭരതന് കാര്യം പിടികിട്ടിയത്. പിന്നെ പെട്ടെന്ന് ഫോൺ വെച്ചു ചിരി തുടങ്ങിയതത്രെ. ഒരു പരാജയത്തിന്റെ വിഷമം ആ ചിരിയിൽ മാഞ്ഞുപോയെന്ന് ലളിതച്ചേച്ചി പറഞ്ഞു.

ശ്രീനിവാസൻ ഒരിക്കൽ എന്നെ ഭീകരമായി ചതിച്ചിട്ടുണ്ട്. ഞങ്ങൾ സിനിമാ സുഹൃത്തുക്കൾക്കിടയിൽ പിന്നീട് ശ്രീനി തന്നെ അതു പറഞ്ഞ് പാട്ടാക്കിയിട്ടുണ്ട്. സംഭവം നടന്നിട്ട് കുറച്ചു കാലമായി. അന്ന് മദ്രാസിലെ ന്യൂ വുഡ്ലാന്റ്സ് ഹോട്ടലാണ് സിനിമക്കാരുടെ സങ്കേതം. എഴുത്തുകാരും നടീനടന്മാരുമൊക്കെ പലപ്പോഴും അവിടെയാണ് താമസിക്കാറുള്ളത്.

ഒരു മുറിയിൽ ദാമോദരൻ മാഷും ഐ.വി.ശശിയും. മറ്റൊന്നിൽ ജോൺപോൾ. വേറൊരു മുറിയിൽ പത്മരാജൻ...അങ്ങനെയൊരു കാലം. മമ്മൂട്ടിയും ഭരതനും അരവിന്ദനുമൊക്കെയുണ്ടാകും. ചിലർ ഷൂട്ടിങ്ങിനു വന്നതാകും. മറ്റു ചിലർ എഡിറ്റിംഗ് ജോലികൾക്ക്. ഞാനും ശ്രീനിവാസനും ഇരിക്കുന്നത് പുതിയ സിനിമയുടെ തിരക്കഥ എഴുതാനാണ്.

ഒരു ദിവസം അതേ ഹോട്ടലിൽ താമസിക്കുന്ന മറ്റൊരു സംവിധായകൻ വന്നു പറഞ്ഞു.

"ഇന്നു രാത്രി എന്റെ പുതിയ സിനിമയുടെ പ്രിവ്യൂ ഷോ ഉണ്ട്. നിങ്ങൾ രണ്ടു പേരും വന്ന് കാണണം. അഭിപ്രായം പറയണം."

ഞങ്ങൾക്ക് നല്ലപോലെ അറിയാവുന്ന വ്യക്തിയാണ്.

ഭേദപ്പെട്ട പല സിനിമകളും അദ്ദേഹത്തിന്റേതായി വന്നിട്ടുമുണ്ട്.

താത്പര്യത്തോടെ ഞങ്ങൾ സമ്മതിച്ചു. വൈകുന്നേരമായപ്പോഴേക്കും എഴുത്തൊക്കെ നിർത്തി പോകാൻ റെഡിയായി. സെഞ്ചുറി ഫിലിംസിൽ വിളിച്ച് കാർ വരുത്തി.

സിനിമ തുടങ്ങി ഏറെ നേരം കഴിയും മുമ്പ് തന്നെ ഞങ്ങൾക്ക് ബോധ്യമായി കുഴപ്പമാണെന്ന്. പരസ്പരബന്ധമില്ലാതെ പോകുന്ന തിരക്കഥ. നായകൻ കുറെ ഡയലോഗുമടിച്ചു നടക്കുന്നതല്ലാതെ ഒന്നും സംഭവിക്കുന്നില്ല.

ഇന്റർവെൽ ആയപ്പോൾ ശ്രീനി പറഞ്ഞു-

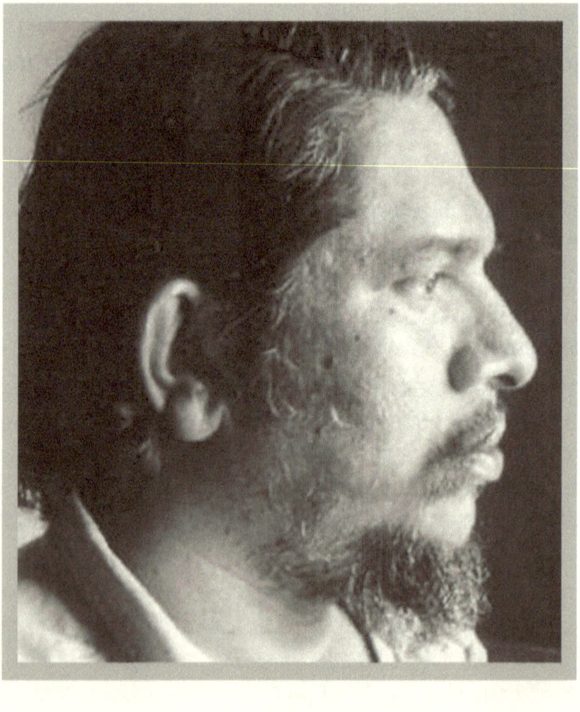

പവിത്രൻ

"ചിലപ്പോൾ സെക്കന്റ് ഹാഫ് നന്നാകുമായിരിക്കും."

ആ പ്രതീക്ഷയും തെറ്റി. സിനിമ സ്ക്രീനിൽ മാത്രം. മനസ്സിനെ ഒട്ടും സ്പർശിക്കുന്നില്ല. ക്ഷണിക്കപ്പെട്ടവരുടെ സദസ്സാണ്. സിനിമാരംഗത്തെ ഒരുപാടു പേർ കാണാൻ വന്നിട്ടുണ്ട്.

പടം തീർന്ന് പുറത്തിറങ്ങുന്ന വാതിലിനു മുന്നിൽ തന്നെ സംവിധായകൻ അഭിനന്ദനം ഏറ്റുവാങ്ങാൻ കാത്തുനിൽക്കുന്നു. ആരൊക്കെയോ പൊള്ളയായ വാക്കുകൾ കൊണ്ട് അദ്ദേഹത്തെ അനുമോദിക്കുന്ന തക്കം നോക്കി പിടികൊടുക്കാതെ ഞങ്ങൾ പുറത്തിറങ്ങി, ഓടി കാറിൽ കയറി. ഡ്രൈവർ തമിഴ്നാട്ടുകാരനാണ്. മണി. തടിയൻ മണി എന്നാണ് അറിയപ്പെടുക. മണിയും പടം കാണുന്നുണ്ടായിരുന്നു.

തിരിച്ചുള്ള യാത്രയിൽ ഞാൻ മണിയോടു ചോദിച്ചു-

"പടം എപ്പടിയിറുക്ക് മണി"

"പടമാ ഇത്?"

മണി അസഹ്യതയോടെ പറഞ്ഞു. ഇത്രയും മോശം ഒരു സിനിമ അടുത്തകാലത്ത് കണ്ടിട്ടില്ലാ എന്ന്.

"പേശക്കൂടാത്." ശ്രീനി ഗൗരവത്തിൽ മണിയെ ഭീഷണിപ്പെടുത്തി. ഇയാളിത്ര സീരിയസ്സാകുന്നതെന്തിനാണ് എന്ന് ഞാനും അദ്ഭുതപ്പെട്ടു.

തനിക്ക് സിനിമ മനസ്സിലാകാതെ പോയതാകുമോ എന്നു സംശയിച്ച് മണി പിന്നെ മിണ്ടിയില്ല.

മുറിയിലെത്തി കതകടച്ച് 'കുറ്റിയിട്ട്' ശ്രീനിവാസൻ കട്ടിലിലിരുന്നു. ആകെ അസ്വസ്ഥനായിരുന്നു. ഞാനാകട്ടെ വളരെ ശാന്തനും.

"ശ്രീനി എന്തിനാ ഇങ്ങനെ ടെൻഷനടിക്കുന്നത്? നമ്മുടെ പടമൊന്നുമല്ലല്ലോ?"

"അതല്ല" ശ്രീനി പറഞ്ഞു.

"സംവിധായകന്റെ മുമ്പിൽ ചെന്നു പെടാതെ ഇന്നു നമ്മൾ രക്ഷപ്പെട്ടു. പക്ഷേ, നാളെ രാവിലെ അയാളെ കാണേണ്ടി വരും. ഇതേ ഹോട്ടലിൽ തന്നെയല്ലേ താമസിക്കുന്നത്? പടം എങ്ങനെയുണ്ടെന്ന് ചോദിച്ചാൽ എന്തു പറയും? റിലീസിനൊരുങ്ങുന്ന ഒരു സിനിമയെപ്പറ്റി 'ബോറാണ്' എന്ന് എന്തായാലും പറയാൻ പറ്റില്ല."

അക്കാര്യത്തെപ്പറ്റി എനിക്ക് ടെൻഷനില്ലെന്ന് ഞാൻ പറഞ്ഞു.

കാരണം, സിനിമ കണ്ടുകൊണ്ടിരിക്കുമ്പോൾ തന്നെ സംവിധായകനോടു പറയാനുള്ള അഭിപ്രായം ഞാൻ മനസ്സിൽ രൂപപ്പെടുത്തിവെച്ചിരുന്നു. പറയാനുള്ള വാചകങ്ങൾ പോലും റെഡിയായിരുന്നു.

"നിങ്ങളെന്താ അയാളോടു പറയുക?"

ഒരു കുട്ടിയുടെ കൗതുകത്തോടെ ശ്രീനി ചോദിച്ചു. കരുതിവെച്ചിരുന്ന മറുപടി ഞാൻ ശ്രീനിവാസനോടു പറഞ്ഞു. അത് ഇങ്ങനെയായിരുന്നു.

'പടം ഓടുമോ ഇല്ലയോ എന്നൊന്നും എനിക്കറിയില്ല. പക്ഷേ, സമൂഹത്തോട് നമുക്കു പറയാൻ തോന്നുന്ന ചില കാര്യങ്ങൾ ധൈര്യപൂർവം ഈ സിനിമ പറയുന്നുണ്ട്.'

ഞാൻ പറഞ്ഞുനിർത്തിയതും കോളിങ് ബെല്ലടിച്ചു. വാതിൽ തുറന്നപ്പോൾ നേരെ മുമ്പിൽ നിൽക്കുന്നു ആ സംവിധായകൻ.

"എന്താ പെട്ടെന്ന് പോയിക്കളഞ്ഞത്? നിങ്ങൾ രണ്ടുപേരുടെയും അഭിപ്രായം അറിയാൻ ഞാൻ കാത്തുനിൽക്കുകയായിരുന്നു. എന്തു തോന്നി?"

എന്നെ ഞെട്ടിച്ചുകൊണ്ട് ശ്രീനി പറഞ്ഞു.

"പടം ഓടുമോ ഇല്ലയോ എന്നൊന്നും എനിക്കറിയില്ല. പക്ഷേ, സമൂഹത്തോട് നമുക്കു പറയാൻ തോന്നുന്ന ചില കാര്യങ്ങൾ ധൈര്യപൂർവം ഈ സിനിമ പറയുന്നുണ്ട്."

സംവിധായകൻ സന്തോഷവാനായി.

"കറക്ട്. അതുതന്നെയാണ് ഞാൻ ഉദ്ദേശിച്ചത്. സത്യന്റെ അഭിപ്രായം എന്താ?"

അഭിപ്രായം മോഷ്ടിക്കപ്പെട്ടുപോയതിന്റെ ഷോക്കിൽ ഞാനൊന്നു പതറി. വാക്കുകൾ കിട്ടാതെ ഒന്നു തപ്പിത്തടഞ്ഞു. ഒടുവിൽ 'പടം കൊള്ളാം, നന്നായിട്ടുണ്ട്' എന്ന സ്ഥിരം മറുപടി പറഞ്ഞു.

"നിങ്ങൾ അങ്ങനെയേ പറയൂ. എനിക്കറിയാം. ശ്രീനിയെ കണ്ടോ? മനസ്സിൽ തോന്നിയത് സത്യസന്ധമായി പറഞ്ഞു. താങ്ക്യൂ ശ്രീനി." അയാൾ തിരക്കു പിടിച്ച് ഓടിപ്പോയി.

ഞാൻ വാതിലടച്ച ഉടനെ മുട്ടുകുത്തിയിരുന്ന് എന്റെ രണ്ടു കാലും പിടിച്ച് കൃത്രിമക്കരച്ചിലോടെ ശ്രീനി പറഞ്ഞു-

"എനിക്കു മാപ്പുതരണം. മറ്റൊരു വഴിയും ഇല്ലാതെ പോയി."

അതൊരു വലിയ കൂട്ടച്ചിരിയിലാണ് അവസാനിച്ചത്.

ഇപ്പോഴും ആ ചതിയെപ്പറ്റി ഞാൻ പറയും. പറയുമ്പോഴൊക്കെ ശ്രീനി മാപ്പു ചോദിക്കും. പക്ഷേ, ഈ നിമിഷം വരെ ഞാൻ മാപ്പു കൊടുത്തിട്ടില്ല. ഇനിയൊരിക്കലും കൊടുക്കാൻ ഉദ്ദേശിക്കുന്നുമില്ല.

നയൻതാര മുതൽ മുത്തുമണി വരെ

പുതിയ സിനിമ തുടങ്ങാറായാൽ അഭിനയിക്കാൻ അവസരം ചോദിച്ചെത്തുന്നവരുടെ എണ്ണം കൂടും. ഇന്നലെ വന്ന ഒരു മധ്യവയസ്കൻ പറഞ്ഞത് കഴിഞ്ഞ ഇരുപതു വർഷമായി ഓരോ സംവിധായകരുടെ വീട്ടിലും കയറിയിറങ്ങുന്നു; ആരും കണ്ണു തുറക്കുന്നില്ല എന്നാണ്. കലയോടുള്ള താത്പര്യംകൊണ്ട് മറ്റു ജോലികൾക്കൊന്നിനും പോകാനും പറ്റില്ലത്രെ. ഞാൻ പറഞ്ഞു,

"ഇനി കുറച്ചുകാലം കല മാറ്റിവെച്ച് മറ്റെന്തെങ്കിലും ജോലി കിട്ടുമോ എന്ന് ശ്രമിച്ചുനോക്കൂ."

ചിന്താവിഷ്ടയായ ശ്യാമളയിലെ വിജയൻമാഷിനെപ്പോലെ ഉത്തരവാദിത്വങ്ങളിൽനിന്ന് ഒളിച്ചോടാൻ ചിലർ കണ്ടെത്തുന്ന കാരണമാണ് സിനിമ. യഥാർത്ഥ കലാകാരനെ കാലം കണ്ടെത്തും. അതൊരു ചരിത്രസത്യമാണ്. കുറച്ചുനാളുകൾക്കു മുമ്പ് മുൻമന്ത്രി എം.കെ. മുനീർ ഒരു പ്രസംഗത്തിൽ പറയുന്നതു കേട്ടതാണ് - സമൂഹത്തിൽ ഏറ്റവും സ്വാധീനം ചെലുത്തുന്ന രണ്ടു മേഖലകളാണല്ലോ, രാഷ്ട്രീയവും സിനിമയും. ഒരാൾക്ക് സിനിമയിൽ ഏതെങ്കിലും തരത്തിലുള്ള അവസരം ലഭിച്ചാൽ അയാൾ സിനിമയിൽ 'കയറി' എന്നാണത്രെ പറയുക.

ആരെങ്കിലും രാഷ്ട്രീയപ്രവർത്തനം തുടങ്ങിയാൽ അയാൾ രാഷ്ട്രീയത്തിൽ 'ഇറങ്ങി' എന്നും.

ഈ കയറ്റവും ഇറക്കവും കൗതുകമുള്ള പ്രയോഗങ്ങളായി തോന്നി. 'കയറി'പ്പോയ പലരും ഒരുപാട് താഴ്ചകളിലേക്ക് ഇറങ്ങിയതും 'ഇറങ്ങി'യവരിൽ പലരും ഒരുപാട് ഉയരങ്ങളിലേക്ക് കയറിയതും നാം കണ്ടിട്ടുണ്ട്. എന്റെ കൺമുന്നിലൂടെ 'കയറി'യ ചിലരെപ്പറ്റി വെറുതെ ഒന്നാലോചിച്ചു നോക്കി. അവരാരും അവസരങ്ങൾക്കു പിറകെ പോയി ജീവിതം കളഞ്ഞവരല്ല. അവസരം അവരെ തേടിവരികയായിരുന്നു.

മനസ്സിൽ ആദ്യം തെളിഞ്ഞത് മാമുക്കോയയുടെ മുഖമാണ്. കോഴിക്കോടിന്റെ നിഷ്കളങ്കതയും ഹൃദയം തുറന്ന ചിരിയുമുള്ള മാമുക്ക.

'ഗാന്ധിനഗർ സെക്കന്റ് സ്ട്രീറ്റ്' എന്ന സിനിമയുടെ ഷൂട്ടിങ് നടക്കുന്ന സമയം. കോഴിക്കോടാണ് ലൊക്കേഷൻ. ഞാനും ശ്രീനിവാസനും ഒരുമിച്ചുള്ള എല്ലാ സിനിമകളിലും ഷൂട്ടിങ് തുടങ്ങുമ്പോൾ തിരക്കഥ മാത്രമേ പൂർത്തിയായിട്ടുണ്ടാകൂ. സംഭാഷണം എഴുതുന്നത് പലപ്പോഴും ഷൂട്ടിങ്ങിന്റെ തലേദിവസമായിരിക്കും. പ്രേക്ഷകർ ഇപ്പോഴും കണ്ട് കൈയടിക്കാറുള്ള 'സന്ദേശ'ത്തിലെ പല സംഭാഷണങ്ങളും ലൊക്കേഷനിൽ ഇരുന്നെഴുതിയിട്ടുള്ളതാണ്. ഗാന്ധിനഗർ തുടങ്ങുമ്പോഴും സ്ഥിതി വ്യത്യസ്തമല്ല. ഒരു 'വൺലൈൻ' മാത്രമേ കൈയിലുള്ളൂ. കഥയിലെ ഫ്ളാഷ് ബാക്കിൽ മോഹൻലാൽ താമസിക്കുന്ന വീട്ടിൽ കാർത്തിക വരുന്ന രംഗമുണ്ട്. അത് എഴുതിക്കഴിഞ്ഞപ്പോൾ ശ്രീനിവാസൻ പറഞ്ഞു, "ലാലിന്റെ കൂടെ താമസിക്കുന്ന രണ്ടു കൂട്ടുകാർ വേണം. രണ്ടുപേർക്കും ചെറിയ സംഭാഷണങ്ങളുണ്ട്."

കോഴിക്കോട് തന്നെയുള്ള അഗസ്റ്റിൻ ഞങ്ങളുടെ അടുത്ത സുഹൃത്താണ്. ഒന്ന് അഗസ്റ്റിനാകാം. മറ്റൊരാളെ പെട്ടെന്ന് എവിടെനിന്ന് കിട്ടും?

തിരുവനന്തപുരത്തുനിന്നോ എറണാകുളത്തുനിന്നോ വരുത്തി പരീക്ഷിക്കാനുള്ള നേരമില്ല. രാവിലെ ചിത്രീകരിക്കേണ്ടതാണ്.

ശ്രീനി പറഞ്ഞു, "ഒരാളുണ്ട്. കണ്ടാൽ വെറും സാധാരണക്കാരനാണ്. പക്ഷേ നന്നായി അഭിനയിക്കും. പേര് മാമു തൊണ്ടിക്കോട്."

"ദൂരെ ദൂരെ ഒരു കൂടുകൂട്ടാം" എന്ന സിനിമയായിരുന്നു ശ്രീനി തൊട്ടുമുമ്പ് എഴുതിയത്. അതിൽ ഇദ്ദേഹം അഭിനയിച്ചിട്ടുണ്ട്. പക്ഷേ പടം അന്ന് പുറത്തിറങ്ങിയിട്ടില്ല. "കോഴിക്കോട് അരക്കിണറിലാണ് താമസം. ഒന്ന് വന്ന് കാണാൻ പറയട്ടെ?"

കണ്ടേക്കാം എന്ന് എനിക്കും തോന്നി. ഒരു മണിക്കൂറിനുള്ളിൽ കഥാപാത്രം മുറിയിലെത്തി. റിസപ്ഷനിൽനിന്ന് വിളിച്ചുചോദിക്കുകയോ, കോളിങ് ബെല്ലടിക്കുകയോ വാതിലിൽ ഒന്നു മുട്ടുകയോ ചെയ്യാതെ കേറി ഒരു വരവായിരുന്നു.

"ശ്രീനി പറഞ്ഞിട്ടു വന്നതാണ്. മാമു തൊണ്ടിക്കോട്."

കൃത്രിമമായ വിനയമില്ല. ഉപചാരങ്ങളില്ല. സുഖിപ്പിക്കലില്ല. 'കാണാൻ പറഞ്ഞതുകൊണ്ട് വന്നു; ഇനി പൊയ്ക്കോട്ടെ' എന്ന ഭാവം.

ഒറ്റനോട്ടത്തിൽ ഇയാൾ ശരിയാകുമോ എന്നൊരു സംശയം തോന്നി. പ്രായം മോഹൻലാലിനേക്കാൾ കൂടുതലുണ്ട്. ഉയർന്ന പല്ലുകളും തീരെ മെലിഞ്ഞ ശരീരവും. ഒരു നായകന്റെ കൂട്ടുകാരൻ ഇങ്ങനെ മതിയോ? പക്ഷേ പറഞ്ഞത് ശ്രീനിവാസനാണ്. നൂറു ശതമാനം വിശ്വാസമില്ലാത്ത ഒരു കാര്യവും ശ്രീനി പറയാറില്ല.

മാത്രമല്ല, ചുരുങ്ങിയ സമയത്തിനുള്ളിൽ ഇനി വേറൊരാളെ കണ്ടുപിടിക്കാനും ബുദ്ധിമുട്ട്.

ഷൂട്ടിങ്ങിനു വന്നപ്പോൾ സംവിധായകന്റെ സ്വാതന്ത്ര്യം ഉപയോഗിച്ച് സ്ക്രിപ്റ്റിൽ ഞാൻ ചെറിയ മാറ്റങ്ങൾ വരുത്തി. മാമുവിനുവേണ്ടി എഴുതിയ ഡയലോഗ് പലതും അഗസ്റ്റിന്റെ പേരിലാക്കി. അഗസ്റ്റിൻ മിനിമം ഗാരണ്ടിയുള്ള നടനാണെന്നെനിക്കറിയാം. പുതിയ ആളെപ്പറ്റി ഒന്നുമറിയില്ലല്ലോ. അധികം നീളമില്ലാത്ത സംഭാഷണം ആൾക്കു കൊടുത്തു. ക്യാമറ സ്റ്റാർട്ട് ചെയ്ത് ഞാൻ ആക്ഷൻ പറഞ്ഞതേയുള്ളൂ. ആ സംഭാഷണവും ശരീരഭാഷയുംകൊണ്ട് മാമു എന്നെ അതിശയിപ്പിച്ചുകളഞ്ഞു. ഭരത്ഗോപിയിലും നെടുമുടി വേണുവിലും മോഹൻലാലിലുമൊക്കെ കാണുംപോലെ അനായാസമായ പകർന്നാട്ടം!

പിന്നെ ഞാനാദ്യം ചെയ്തത് സ്ക്രിപ്റ്റിൽ നേരത്തെ നടത്തിയ തിരുത്തലുകൾ മാറ്റി പഴയ പടിയാക്കുകയായിരുന്നു. ഷൂട്ടിങ് കഴിഞ്ഞ് മുന്നിലെത്തിയ ഉടനെ ശ്രീനിവാസന് ഒരു ഷേക്ക്ഹാന്റ് കൊടുത്തു. കൂടെ ഒരു നിർദ്ദേശവും.

"മോഹൻലാലിന്റെ ഈ കൂട്ടുകാരന് സിനിമയിൽ കുറച്ച് സീനുകൾ കൂടി വേണം.

അന്ന് എന്റെ സിനിമയിൽ 'കയറി'യ മാമുക്കോയ പിന്നീടിതുവരെ താഴെയിറങ്ങിയിട്ടില്ല. ഈ ദുനിയാവില് ആരു വിചാരിച്ചാലും അദ്ദേഹത്തെ ഇറക്കാനും കഴിയില്ല. അത്രയേറെ സ്വാഭാവികതയുള്ള നടനാണ് മാമുക്കോയ.

അടുത്തത് തമിഴകം സ്വന്തമാക്കിയ തിരുവല്ലക്കാരി – നയൻതാര.

ഒരു ജ്വല്ലറിയുടെ പരസ്യത്തിൽ ഭംഗിയുള്ള ഒരു പെൺകുട്ടിയുടെ പടം കണ്ടതും ആ കുട്ടിയെ തേടിപ്പിടിച്ച് 'മനസ്സിനക്കരെ'യിൽ നായികയാക്കിയതുമൊക്കെ പലതവണ പറഞ്ഞ കഥകളാണ്. പക്ഷേ ഞാനും നയൻതാരയും ഇതുവരെ പറഞ്ഞിട്ടില്ലാത്ത ഒരു കുഞ്ഞുസ്വകാര്യമാണിവിടെ ഓർത്തെടുക്കുന്നത്.

പട്ടാമ്പിയിലായിരുന്നു 'മനസ്സിനക്കരെ'യുടെ ഷൂട്ടിങ്. പ്രധാന കഥാപാത്രമായി ഷീലയുള്ളതുകൊണ്ട് നായികയായി ഒരു പുതിയ പെൺകുട്ടിയെ കിട്ടും എന്ന വിശ്വാസത്തിൽ ഷൂട്ടിങ് തുടങ്ങി. പലരേയും കണ്ടുനോക്കി. ആരും ശരിയാകുന്നില്ല. അപ്പോഴാണ് ജ്വല്ലറിയുടെ പരസ്യം കാണുന്നതും ആ പെൺകുട്ടിയെ നേരിട്ടുകാണാൻ വേണ്ടി പട്ടാമ്പിക്കു വരുത്തുന്നതും.

കണ്ടു, സംസാരിച്ചു, കുറച്ചു ഫോട്ടോകൾ എടുത്തു; ക്യാമറാമാൻ അഴകപ്പൻ ആ കുട്ടിയുടെ ചലനങ്ങളും ചിരിയും നടത്തവുമൊക്കെ വീഡിയോവിൽ പകർത്തുകയും ചെയ്തു. എന്നിട്ട് ഞാൻ പറഞ്ഞു-

"ഇപ്പോൾ തിരിച്ചുപൊയ്ക്കോളൂ. രണ്ടുദിവസം കഴിഞ്ഞേ ഈ വീഡിയോ ക്ലിപ്പിങ് ഞാൻ നോക്കുകയുള്ളൂ. കഥാപാത്രത്തിന് ചേരുമെന്നു തോന്നിയാൽ ഞാൻ വിളിക്കും. അപ്പോൾ വന്നാൽ മതി."

പറഞ്ഞതുപോലെ രണ്ടുമൂന്നു ദിവസം കഴിഞ്ഞിട്ടേ ഞാനതു കണ്ടുള്ളൂ. അത് മനപ്പൂർവ്വമാണ്. നേരിട്ടുള്ള കാഴ്ച മനസ്സിൽ നിന്നൊന്നു മറയട്ടെ എന്നു കരുതി. സ്ക്രീനിൽ എങ്ങനെയിരിക്കും എന്നതാണല്ലോ പ്രധാനം.

സ്ക്രീനിൽ ആ കുട്ടി അതിമനോഹരിയായിരുന്നു. ആത്മവിശ്വാസമുള്ള മുഖവും ചിരിയും. ജയറാമടക്കം എല്ലാവരും പറഞ്ഞു.

"ഈ കുട്ടി മതി. ഗൗരിയാകാൻ ഏറ്റവും യോജിച്ച രൂപം."

അപ്പോൾതന്നെ ഞാൻ വിളിച്ചു. മൊബൈൽ സ്വിച്ചോഫ്. രാത്രി ഉറങ്ങുംവരെ പലതവണ ശ്രമിച്ചിട്ടും കിട്ടിയില്ല. ഒടുവിൽ ഒരു മെസ്സേജ് അയച്ചു. 'ഞാൻ വിളിച്ചിരുന്നു; ഫ്രീ ആകുമ്പോൾ തിരിച്ചു വിളിക്കൂ' എന്നു മാത്രം. ന്യായമായും ഞാൻ പ്രതീക്ഷിക്കുന്നത് പിറ്റേന്നു രാവിലെ തിരിച്ചു വിളിക്കും എന്നാണ്. പക്ഷേ വിളി വന്നത് പുലർച്ചെ മൂന്നുമണിക്ക്.

ഷൂട്ടിങ്ങിന്റെ ക്ഷീണം കാരണം ഞാൻ നല്ല ഉറക്കത്തിലായിരുന്നു. ഞെട്ടി എഴുന്നേറ്റ് ഫോണെടുത്തപ്പോൾ അപ്പുറത്ത് നയൻതാര.

"ഞങ്ങളൊരു ഫാമിലി ട്രിപ്പ് പോയതായിരുന്നു. അവിടെ മൊബൈലിന് റേഞ്ച് ഇല്ല. ഇപ്പൊ മെസ്സേജ് കണ്ടതുകൊണ്ട് വിളിച്ചതാണ്."

ഞാൻ കാര്യം പറഞ്ഞു. "നായികയായി തീരുമാനിച്ചു കഴിഞ്ഞു. നാളെത്തന്നെ ഇങ്ങോട്ടു പോരൂ."

അപ്പോഴാണ് എന്നെ ഞെട്ടിച്ച മറുപടി. "സോറി സാർ. ഞാൻ വരുന്നില്ല. സിനിമയിൽ അഭിനയിക്കേണ്ട എന്നാണിപ്പോഴത്തെ തീരുമാനം."

എനിക്കതൊരു ഷോക്കായി.

മനസ്സിൽ ഈ കുട്ടി മതി എന്നുറപ്പിച്ചുകഴിഞ്ഞതാണ്. മറ്റൊരാളെ നോക്കാൻ സമയവുമില്ല.

ഞാൻ ഗൗരവത്തിൽ ചോദിച്ചു. "ഇപ്പൊ മണി എത്രയായി?"

"മൂന്ന്."

"രണ്ടു തെറ്റാണ് കുട്ടി ചെയ്തത്. ജോലി ചെയ്ത് തളർന്നുറങ്ങുന്ന എന്നെ പുലർച്ചെ മൂന്നുമണിക്ക് വിളിച്ചുണർത്തി. എന്നിട്ടും പറയുന്നത് അഭിനയിക്കാൻ വരുന്നില്ല എന്ന്."

"ക്ഷമിക്കണം സാർ. സമയം ഞാൻ നോക്കിയില്ല. മെസ്സേജ് കണ്ട ഉടനെ തിരിച്ചുവിളിച്ചതാണ്."

"എന്താണ് ഇപ്പോൾ അഭിനയിക്കണ്ട എന്നു തോന്നാൻ കാരണം?"

"അങ്കിള് സമ്മതിക്കുന്നില്ല. അവരൊക്കെ പറയുന്നത് ആദ്യം പഠനം പൂർത്തിയാക്കാനാണ്."

"അങ്കിളിന്റെ കാര്യം വിട്, കുട്ടിക്ക് ഇഷ്ടമാണോ അഭിനയിക്കാൻ?

"അതെ."

"അച്ഛനമ്മമാർക്കോ?"

"അവർക്ക് എതിർപ്പൊന്നുമില്ല."

"ഇപ്പൊ പതിനെട്ടുവയസ്സ് കഴിഞ്ഞില്ലേ?"

"കഴിഞ്ഞു."

"എന്നാൽ നാളെ രാവിലെ ഒരു കാറുമെടുത്ത് ഇങ്ങോട്ടു വരൂ."

അപ്പുറത്തു ശബ്ദമില്ല.

ഞാൻ ധൈര്യം കൊടുത്തു, "അങ്കിളിനോട് പറയാനുള്ള മറുപടി യൊക്കെ ഞാൻ പറഞ്ഞുതരാം. ആദ്യം ഇങ്ങോട്ടുവാ, അച്ഛനമ്മ മാരോടൊപ്പം."

സ്നേഹത്തിന്റെ ഒരു സ്വാതന്ത്ര്യം എന്റെ സ്വരത്തിലുണ്ടായിരുന്നു വെന്ന് പിന്നീട് നയൻതാര പറഞ്ഞിട്ടുണ്ട്. എന്തായാലും അവർ വന്നു. ഞാൻ കഥാപാത്രത്തെപ്പറ്റി പറഞ്ഞുകൊടുത്തു. കുറച്ചു ദിവസം ക്യാമറയ്ക്ക് പിന്നിൽനിന്ന് മറ്റുള്ളവർ അഭിനയിക്കുന്നത് കാണാൻ പറഞ്ഞു. അഭിനയിക്കാമെന്നുള്ള ആത്മവിശ്വാസമായി എന്നു തോന്നി യപ്പോൾ ക്യാമറയ്ക്കു മുന്നിലേക്ക് വഴിയൊരുക്കി.

ഇക്കഴിഞ്ഞ ദിവസം പുതിയ സിനിമയുടെ റെക്കോർഡിങ്ങിന് മദി രാശിയിൽ ചെന്നപ്പോൾ വഴിയോരങ്ങളിലൊക്കെ നയൻതാരയുടെ കൂറ്റൻ ഫ്ളക്സുകൾ!

അന്നു പുലർച്ചെ മൂന്നുമണിക്ക് നിർബന്ധപൂർവം വരാൻ പറഞ്ഞി ല്ലായിരുന്നെങ്കിൽ ഇങ്ങനെ ഒരു താരോദയം ഉണ്ടാകുമായിരുന്നോ എന്ന് മനസ്സിലോർത്തു. പെട്ടെന്നുതന്നെ ഞാനതു തിരുത്തി. ഞാനല്ലെങ്കിൽ മറ്റൊരു സംവിധായകൻ ആ കുട്ടിയെ കണ്ടെത്തുമായിരുന്നു. ഞാനൊരു നിമിത്തമായെന്നേയുള്ളൂ. ഫാസിൽ പറയാറുണ്ട്, നമ്മളൊക്കെ പുതിയ ആളുകളെ കൊണ്ടുവരുമ്പോൾ നമ്മുടെ സിനിമ നന്നാകണം എന്നു മാത്രമേ ഉദ്ദേശിക്കുന്നുള്ളൂ. പിന്നീടവർ വളരുന്നത് അവരുടെ കഴിവും പ്രയത്നവുംകൊണ്ടാണ്. മറ്റൊരു അവകാശത്തിനും പ്രസക്തിയില്ല.

ഫാസിലാണ് അസിൻ എന്ന പെൺകുട്ടിയുടെ ഫോട്ടോ ആദ്യമെന്നെ കാണിക്കുന്നത്. 'ഗൃഹലക്ഷ്മി'യുടെ കവർ ഫോട്ടോ ആണ് സംയുക്താ വർമ്മയിലേക്ക് നയിച്ചത്. ഇന്ത്യാവിഷനിൽ ഒരു ചെറിയ ഇന്റർവ്യൂ കണ്ടിട്ടാണ് മുത്തുമണിയെ അഭിനയിക്കാൻ ക്ഷണിച്ചത്. 'അരനാഴിക നേരം' എന്ന ടി.വി. സീരിയൽ കണ്ടിട്ടാണ് ചെമ്പിൽ അശോകന്റെയും ലക്ഷ്മിപ്രിയയുടെയും അഭിനയസാധ്യതകൾ മനസ്സിലാക്കുന്നത്. എല്ലാം ചേർത്തുവായിക്കുമ്പോൾ ഒരു ഗുണപാഠം തെളിഞ്ഞുവരുന്നു. നമുക്കു വേണ്ട നല്ല നടീനടന്മാർ നമ്മളെ തേടിവരണമെന്നില്ല. ചുറ്റിലും എവിടെ യൊക്കെയോ അവരുണ്ട്. നമ്മളവരെ കണ്ടെത്തണമെന്നുമാത്രം; കളങ്ക മില്ലാത്ത മനസ്സോടെയും കണ്ണുകളോടെയും.

എസ്. കുമാറുമൊത്ത്

വേഷപ്പകർച്ചകൾ

നിങ്ങളിൽ പലർക്കും തോന്നിയിട്ടുള്ള കാര്യമാകും. മറ്റുള്ളവരുടെ ഇഷ്ട മല്ലേ എന്നോർത്ത് ആരോടും പറയാതിരിക്കുന്നതുമാകാം. പൊതുവായ വിഷയമായതുകൊണ്ട് ഞാനത് വെറുതെയൊന്ന് ചിന്തിച്ചുപോയി എന്നു മാത്രം. നമ്മുടെ നാട്ടിലെ ചില കല്യാണച്ചടങ്ങുകളാണ് ആ ചിന്തയി ലേക്ക് നയിച്ചത്. ഈ അടുത്തകാലത്ത്, കൃത്യമായി പറഞ്ഞാൽ വേനൽമഴ വിരുന്നിനെത്തുന്നതിന് തൊട്ടുമുമ്പുള്ള ഒരു ദിവസം - ഒരു കല്യാണത്തിൽ പങ്കെടുക്കേണ്ടിവന്നു. വരന്റെ വീട്ടുകാർ ഒരുക്കിയ റിസ പ്ഷനാണ്. താലികെട്ട് ഏതോ ക്ഷേത്രത്തിൽവെച്ച് കഴിഞ്ഞിരുന്നു.

എ.സി. ഹാളാണ്. വിരുന്നുകാരുടെ എണ്ണം കൂടിയതുകൊണ്ടോ വോൾട്ടേജിന്റെ കുറവുകൊണ്ടോ എന്നറിയില്ല, അകത്ത് സഹിക്കാനാ കാത്ത ചൂട്. സ്റ്റേജിൽ വീഡിയോഗ്രാഫർമാരുടെ 'സൺഗൺ' ആവശ്യ ത്തിലേറെയുണ്ട്. അതിന്റെ വെളിച്ചവും ചൂടുംകൂടി ആയപ്പോൾ ഒരു ഫോട്ടോയ്ക്കുപോലും സ്റ്റേജിൽ കയറേണ്ട എന്ന് തോന്നിപ്പോയി. അപ്പോ ഴാണ് വരനെയും വധുവിനെയും ശ്രദ്ധിച്ചത്.

കഴുത്തുമുതൽ പാദംവരെയെത്തുന്ന കട്ടിയുള്ള കോട്ടും കഴുത്തി ലൊരു ചുവന്ന ഷാളും കാലിൽ അറ്റം കൂർത്ത രാജസ്ഥാനി ചെരിപ്പു മാണ് വരന്റെ വേഷം. വധുവും അതിന് യോജിച്ച വിധത്തിൽ, നമ്മുടെ കാലാവസ്ഥയ്ക്ക് ഒരിക്കലും ചേരാത്ത ഉടുപ്പാണ് ഇട്ടിരിക്കുന്നത്. പഴയ ഹിന്ദി സിനിമകളിലെ സ്വപ്നരംഗങ്ങളിൽ മാത്രം കാണുന്ന വേഷ വിധാനം.

വിയർത്തൊലിച്ച് ആ 'വേഷക്കൂടുകൾ'ക്കുള്ളിൽനിന്ന് ഉപചാര പൂർവ്വം ചിരിക്കുകയും ഫോട്ടോയ്ക്ക് പോസ് ചെയ്യുകയും ചെയ്യുന്ന യുവ മിഥുനങ്ങളെ കണ്ടപ്പോൾ കഷ്ടംതോന്നി. ഇത്തരം വേഷം നന്നായിരി ക്കുമെന്ന് ആരാണ് അവരോട് പറഞ്ഞത്? സാമാന്യം നല്ല പണച്ചെല വുള്ള കാര്യമാണ്. അന്നത്തെ ഒരൊറ്റ ദിവസത്തിനുശേഷം ജീവിതത്തി ലൊരിക്കലും അത് ഉപയോഗിക്കാനും പറ്റില്ല. പണ്ടാരോ തുടങ്ങിവെച്ച സമ്പ്രദായം അന്തസ്സിന്റെ പ്രതീകമാണെന്ന് തെറ്റിദ്ധരിച്ച് പിന്തുടരുന്നു എന്നുമാത്രം.

സാമ്പത്തികമായി വളരെ ഉയർന്നുനിൽക്കുന്ന പലരും ലളിതമായ വേഷത്തിലേക്ക് കൂറുമാറ്റം നടത്തിക്കഴിഞ്ഞു. ഇടത്തരക്കാരാണ് കടം വാങ്ങിച്ചും മോടികൂട്ടാൻ ശ്രമിക്കുന്നത്. വധൂവരന്മാരെ മാത്രമല്ല, കൊച്ചു കുട്ടികളെയും നമ്മളിങ്ങനെ കഷ്ടപ്പെടുത്താറുണ്ട്. കണ്ടിട്ടില്ലേ, ചില ആഘോഷവേളകളിൽ ഉത്തരേന്ത്യയിലെ ചില മാർവാഡികൾ ധരിക്കുന്ന വേഷവുമായി നമുക്കിടയിലൂടെ കുട്ടികൾ ഓടിനടക്കുന്നത്. നല്ല നിക്കറും സ്ലീവ്ലെസ് ബനിയനും കോട്ടൺ ഷർട്ടുമൊക്കെയാണെങ്കിൽ കുട്ടികൾക്ക് നല്ല കുട്ടിത്തമുണ്ടാകും. പക്ഷേ കാറ്റുകടക്കാത്ത നെഹ്റു കോട്ടും കഴുത്തിലൊരു ഷാളുമൊക്കെ കൊടുത്ത് നമ്മളവരെ കോമാളികളാക്കും. പ്രേംനസീറിന്റെ കാലത്ത് സിനിമയിൽ കാണുന്ന പിറന്നാളാഘോഷമാണ് നമ്മൾ ഇപ്പോഴും മാതൃകയാക്കുന്നത്. മെഴുകുതിരി ഊതിക്കെടുത്തലും ചുറ്റും നിന്ന് ഹാപ്പി ബെർത്ത്ഡേ പാടലുമൊക്കെ സായിപ്പുവരെ ഉപേക്ഷിച്ചു. നമുക്കിപ്പോഴും നേരം വെളുത്തിട്ടില്ല.

എൽ.ഡി.എഫ്. വന്നല്ലോ; ഇനിയെല്ലാം ശരിയാകുമായിരിക്കും.

പണ്ട് വിനീത് ശ്രീനിവാസനും ധ്യാൻ ശ്രീനിവാസനും കുട്ടികളായിരുന്ന കാലത്ത് ശ്രീനിവാസനും വിമലയും അവരേയും കൂട്ടി അന്തിക്കാട്ട് വന്നു. എന്റെ മക്കൾ - അരുൺ, അനൂപ്, അഖിൽ എന്നിവരും അന്ന് കുട്ടികളാണ്. വിനീതിന്റെ പ്രായംതന്നെ. അവർ പെട്ടെന്ന് കൂട്ടുകാരായി. അഞ്ചുപേരും കാർപോർച്ചിലിരുന്ന് കളി തുടങ്ങി. ഒരൊറ്റ പ്രശ്നമേയുള്ളൂ - ഭാഷ!

ശ്രീനിവാസന്റെ മക്കൾ തനി കണ്ണൂർ ഭാഷയിലും എന്റെ മക്കൾ കറകളഞ്ഞ തൃശൂർ ഭാഷയിലുമാണ് സംസാരം. പലപ്പോഴും പറയുന്നതെന്താണെന്ന് പിടികിട്ടാതെ ഇരുകൂട്ടരും പകച്ചുനോക്കും. രണ്ട് ഭാഷകൾ തമ്മിലുള്ള ആ ഏറ്റുമുട്ടൽ ഞാനും ശ്രീനിയും കൗതുകത്തോടെ നോക്കിക്കണ്ടു.

അന്ന് ശ്രീനി പറഞ്ഞിട്ടുണ്ട് -

"എന്റെ മക്കൾ പഠിച്ച് വലിയ ഐ.എ.എസ്സുകാരോ ഐ.പി.എസ്സുകാരോ ഒന്നുമാകണ്ട. അവർക്ക് നർമബോധമുണ്ടായാൽ മതി. ഒരു തമാശ കേട്ടാൽ തമാശയാണെന്ന് തിരിച്ചറിയണം. ഔചിത്യമുണ്ടാകണം."

വിനീതിന്റെ തട്ടത്തിൻമറയത്ത് കണ്ടതിനുശേഷം തിയേറ്ററിൽ നിന്ന് ഞാൻ ശ്രീനിയെ വിളിച്ചു. അച്ഛനെന്ന നിലയിൽ ശ്രീനിയുടെ പ്രതീക്ഷ തെറ്റിയിട്ടില്ല എന്നറിയിച്ചു.

സത്യത്തിൽ അതുതന്നെയേ നമ്മൾ ആഗ്രഹിക്കേണ്ടതുള്ളൂ. ഔചിത്യബോധമുള്ള ഒരു തലമുറയുണ്ടാകണം. നമ്മുടെ നാടിന്റെ കാലാവസ്ഥയ്ക്കും സംസ്കാരത്തിനും അനുസരിച്ചുള്ള വേഷം. അന്യരെ വേദനിപ്പിക്കാത്ത ഭാഷ. അറിയാത്തത് അറിയില്ല എന്ന് തുറന്നുപറയാനുള്ള വിവേകം. പ്രതികൂല സാഹചര്യങ്ങൾപോലും അനുകൂലമാക്കിയെടുക്കാനുള്ള മിടുക്ക്!

'വിനോദയാത്ര' എന്ന സിനിമയുടെ ചിത്രീകരണം ഓർമ്മയിൽ വരുന്നു. പാലക്കാട് നെന്മാറയ്ക്കടുത്ത് മംഗലം ഡാമിലും പരിസരത്തുമാണ് ഷൂട്ടിങ്. 'മന്ദാരപ്പൂമൂളി' എന്ന പാട്ടാണ് ചിത്രീകരിക്കുന്നത്. ദിലീപും മീരാജാസ്മിനുമാണ് താരങ്ങൾ.

പച്ചപ്പുല്ല് നിറഞ്ഞ ഭംഗിയുള്ള ഒരു കുന്നിൻചരിവ് നേരത്തെ കണ്ടുവെച്ചിരുന്നു.

ക്യാമറയും യൂണിറ്റുമൊക്കെയായി അവിടെ ചെന്നിറങ്ങിയപ്പോൾ എന്റെ മനസ്സൊന്നു മങ്ങി.

കഠിനമായ വെയിലേറ്റ് പുല്ലൊക്കെ വാടിപ്പോയിരുന്നു. കൊയ്ത്തിന് പാകമായ നെൽവയൽപോലെ മൊത്തത്തിൽ ഒരു തവിട്ടുനിറം. ഒരു തരി പച്ചപ്പുപോലുമില്ല.

എസ്. കുമാറാണ് ഛായാഗ്രാഹകൻ.

കുമാറിനോട് ഞാൻ പറഞ്ഞു - "ഇവിടെ വേണ്ട. നമുക്കു ഷിഫ്റ്റ് ചെയ്യാം. ഡാമിന്റെ അടുത്തെവിടെയെങ്കിലും ഭംഗിയുള്ള സ്ഥലം കിട്ടും."

ഒരു ലൊക്കേഷൻ ഷിഫ്റ്റ് എന്നു പറഞ്ഞാൽ ചുരുങ്ങിയത് രണ്ടു മണിക്കൂറെങ്കിലും നഷ്ടപ്പെടും. കുമാർ ഒന്നുകൂടി ആലോചിച്ചിട്ടു പറഞ്ഞു-

"നമുക്ക് ഇവിടെതന്നെ ഷൂട്ട് ചെയ്യാം. മീരയും ദിലീപും വേഷമൊന്നു മാറിയാൽ മതി. ഈ കുന്ന് മുഴുവൻ തവിട്ടുനിറത്തിലല്ലേ കിടക്കുന്നത്. ബ്രൗൺ നിറം ഉൾപ്പെട്ട ഡ്രസ് ആർട്ടിസ്റ്റിനു കൊടുത്താൽ ഇതിനൊരു പ്രത്യേക ഭംഗി വരും."

സഹസംവിധായകരായ ഉണ്ണിയും ശ്രീബാലയും കോസ്റ്റ്യൂമറുടെ അടുത്തേക്കോടി. വേഷം സെലക്റ്റ് ചെയ്തു. മിനിറ്റുകൾക്കുള്ളിൽ ഷൂട്ടിങ് ആരംഭിച്ചു. അതിമനോഹരമായിരുന്നു ആ ദൃശ്യങ്ങൾ!

എസ്. കുമാറിന്റെ ഔചിത്യബോധമാണ് അതിനു കാരണമായത്.

സിനിമയിൽ ഇത് വളരെ പ്രധാനപ്പെട്ട ഒന്നാണ്. തോന്നേണ്ടത് തോന്നേണ്ട സമയത്ത് തോന്നണം. മനസ്സെപ്പോഴും ഉണർന്നിരിക്കണം.

'സന്മനസ്സുള്ളവർക്ക് സമാധാനം' എന്ന സിനിമയിൽ ശ്രീനിവാസൻ അവതരിപ്പിച്ച ഇൻസ്പെക്ടർ രാജേന്ദ്രൻ എന്ന കഥാപാത്രം പ്രേക്ഷകർ ഇന്നും മറന്നിട്ടില്ല.

'കാക്കിക്കുള്ളിൽ ഒരു കവിഹൃദയമുണ്ട്. കലാകാരനുണ്ട്. ഗായകനുണ്ട്' എന്നുപറഞ്ഞ് കാർത്തികയെ ഞെട്ടിച്ചുകൊണ്ട് പവിഴമല്ലി പൂത്തുലഞ്ഞ നീലവാനം എന്നു പാടിത്തുടങ്ങുന്ന ഇൻസ്പെക്ടർ രാജേന്ദ്രൻ. തിരക്കഥ ചർച്ച ചെയ്യുമ്പോഴും എഴുതിത്തുടങ്ങിയപ്പോഴും രാജേന്ദ്രൻ ഇങ്ങനെയായിരുന്നില്ല. ഗോപാലകൃഷ്ണപ്പണിക്കരുടെ പഴയൊരു സ്നേഹിതൻ. അല്പം അഹങ്കാരവും പൊങ്ങച്ചവുമുള്ള ഒരു ഇൻസ്പെക്ടർ. അത്രയേ ഉണ്ടായിരുന്നുള്ളൂ.

എഴുത്തിന്റെ തിരക്കിലായിരുന്നതുകൊണ്ട് ഷൂട്ടിങ് തുടങ്ങി കുറച്ചു ദിവസങ്ങൾക്കു ശേഷമാണ് ശ്രീനിവാസൻ അഭിനയിക്കാൻ സെറ്റിലെത്തിയത്. പൊലീസ് സ്റ്റേഷനിലേക്ക് ഹൗസ് ഓണറെപ്പറ്റി പരാതി പറയാൻ കാർത്തിക വരുന്ന രംഗമാണ് ആദ്യം പ്ലാൻ ചെയ്തത്.

സിയാദ് കോക്കറാണ് നിർമ്മാതാവ്. സിയാദിന്റെ പരിചയത്തിലുള്ള ഒരു വീട് പൊലീസ് സ്റ്റേഷനാക്കി മാറ്റി. ശ്രീനിയും കാർത്തികയും വരുന്നതിനുമുമ്പുതന്നെ പൊതുവായ ലൈറ്റിങ് തുടങ്ങി.

ഷൂട്ട് ചെയ്യാനുള്ള സീൻ തലേദിവസം രാത്രിയാണ് ശ്രീനി എഴുതിയത്. ഞാനതു കണ്ടിട്ടില്ല. ഈ രംഗത്ത് എന്തൊക്കെ വേണമെന്ന് മുൻകൂട്ടി നിശ്ചയിച്ചിട്ടുള്ളതുകൊണ്ട് മറ്റു സാങ്കേതിക പ്രശ്നങ്ങളൊന്നുമില്ല. ഔട്ട്ഡോർ യൂണിറ്റിന്റെ വണ്ടിയിലിരുന്ന് ശ്രീനി മേക്കപ്പ് ചെയ്തു. ഇൻസ്പെക്ടറുടെ യൂണിഫോം ധരിച്ചു. സീൻ വാങ്ങാൻ ഞാൻ ചെല്ലുമ്പോൾ നല്ല ചുണക്കുട്ടൻ ഇൻസ്പെക്ടറായി ശ്രീനി മാറിക്കഴിഞ്ഞിരുന്നു.

യൂണിറ്റ് വണ്ടിയിൽ തന്നെയിരുന്ന് ഞാൻ സീൻ വായിച്ചു. മുമ്പ് പറഞ്ഞ കാര്യങ്ങളൊക്കെ സീനിലുണ്ട്. പക്ഷേ എന്തോ ഒരു കുറവുള്ളതുപോലെ. എന്റെ ഭാവം കണ്ടിട്ടാകാം ശ്രീനി ചോദിച്ചു.

"ശരിയായിട്ടില്ല അല്ലേ?"

"നമ്മൾ പറഞ്ഞ സംഭവങ്ങളൊക്കെയുണ്ട്. എങ്കിലും എന്തോ ഒരു അപൂർണതപോലെ."

സന്മനസ്സുള്ളവർക്ക് സമാധാനം
എന്ന സിനിമയുടെ ഷൂട്ടിംഗ് വേളയിൽ

“എനിക്കും തോന്നി” എന്ന് ശ്രീനി പറഞ്ഞു.

“പക്ഷേ എങ്ങനെ മാറ്റിയെഴുതണം എന്നൊരു രൂപം കിട്ടിയിട്ടില്ല.”

അന്ന് ആ രംഗം ഷൂട്ട് ചെയ്യാൻ ഞങ്ങൾക്ക് രണ്ടുപേർക്കും ധൈര്യമില്ല. പക്ഷേ ഷൂട്ടിങ് മാറ്റിവയ്ക്കാൻ മറ്റുള്ളവരോട് എന്ത് കാരണം പറയും?

തല പുകഞ്ഞാലോചിച്ചു.

അപ്പോഴാണ് ക്യാമറാമാൻ വിപിൻമോഹൻ വന്നുവിളിച്ചത്.

“ആദ്യഷോട്ട് ഏതാണെന്ന് പറയൂ. അതിന് ലൈറ്റപ്പ് ചെയ്യണം.”

പിന്നെയുള്ളത് സംവിധായകൻ എന്ന നിലയിലുള്ള എന്റെ അഭിനയമാണ്. വരാന്തയിൽനിന്ന് കാർത്തികയോടൊപ്പം ക്യാമറ അകത്തുവരണം ശ്രീനിവാസന്റെ അടുത്തെത്തുന്നതുവരെ ഒരൊറ്റ ഷോട്ട്. വിപിൻ പറഞ്ഞു- “നടക്കില്ല. അകത്തേക്കുള്ള വാതിൽ ചെറുതാണ്. ട്രോളി ഇടാൻ പറ്റില്ല.”

ആ കാരണം പറഞ്ഞ് ഷൂട്ടിങ് മാറ്റിവെച്ചു. ആദ്യദിവസം അഭിനയിക്കാതെതന്നെ ഇൻസ്പെക്ടർ രാജേന്ദ്രൻ യൂണിഫോം അഴിച്ചു.

അടുത്ത മൂന്നു ദിവസവും വേറെ സീനുകളായിരുന്നു. മൂന്നാംദിവസം രാത്രി എന്റെ മുറിയിൽ തട്ടിവിളിച്ച് ശ്രീനി പറഞ്ഞു-

“ഇൻസ്പെക്ടർ രാജേന്ദ്രനെ പിടികിട്ടി! ഇനി എന്നുവേണമെങ്കിലും ഷൂട്ട് ചെയ്യാം.”

മനസ്സിലാകാതെ നിന്ന എന്നോട് ശ്രീനി വിശദീകരിച്ചു-

“കോട്ടപ്പള്ളി സുലൈമാനെ ഒതുക്കിയത് ഞാനാണ് എന്നൊരു ഡയലോഗ് കിട്ടി. അതിൽ ഊറ്റംകൊള്ളുന്ന അല്പനായ ഒരുപാട് കോംപ്ലക്സുകളുള്ള കഥാപാത്രമാണ് രാജേന്ദ്രൻ.”

ആ ഒറ്റ വരിയിലൂടെ ശ്രീനിവാസൻ ആ കഥാപാത്രത്തെ പുനഃസൃഷ്ടിച്ചു. ആദ്യമെഴുതിയ രംഗം ചിത്രീകരിച്ചുപോയെങ്കിൽ രാജേന്ദ്രൻ വേറൊരാളായി മാറിയേനെ.

‘പവിഴമല്ലി പൂത്തുലഞ്ഞ നീലവാനം’ എന്ന പാട്ടിൽ ധരിക്കാൻ കോസ്റ്റ്യൂമർ വേറൊരു വേഷമാണ് കരുതിയത്. സ്വപ്നരംഗങ്ങളിൽ പ്രേംനസീർ ധരിക്കാറുള്ളതുപോലെ കോളറിൽ കിന്നരിവെച്ച ഒരു ജുബ്ബ. ഇട്ടുനോക്കിയപ്പോൾ വല്ലാതെ കൃത്രിമമായി തോന്നി. പകരം നല്ലൊരു പാന്റും ഷർട്ടും ടൈയും കൊടുത്തപ്പോൾ ശ്രീനിക്കും ആത്മവിശ്വാസം വന്നു. രാജേന്ദ്രന്റെ സ്വഭാവത്തിനും ആ വേഷമേ ചേരുമായിരുന്നുള്ളൂ.

പറഞ്ഞുതുടങ്ങിയത് വേഷത്തെക്കുറിച്ചാണല്ലോ. സിനിമയിലായാലും ജീവിതത്തിലായാലും അവരവർക്ക് ചേരുന്ന വസ്ത്രങ്ങളേ ധരിക്കാവൂ. നമ്മുടെ കാലാവസ്ഥയ്ക്കും സംസ്കാരത്തിനും ചേരുന്ന വസ്ത്രങ്ങൾ. അതിൽതന്നെ പുതുമകൾ വരുത്താം; സൗന്ദര്യപരമായ മാറ്റങ്ങളുണ്ടാക്കാം. പരീക്ഷണങ്ങളാണല്ലോ ആവർത്തനത്തേക്കാൾ നല്ലത്.

TAHER

നന്മകൾ ശിക്ഷയാകുന്ന കാലം

മുറ്റത്തൊരു കാറു വന്നുനിന്നപ്പോൾ പതിവുപോലെ ഏതെങ്കിലും മീറ്റിങ്ങിന് ക്ഷണിക്കാൻ വന്നവരായിരിക്കും എന്നാണ് വിചാരിച്ചത്. ഇറങ്ങിവന്നവരെ കണ്ടപ്പോൾ തോന്നി, മീറ്റിങ്ങും സാംസ്കാരിക സമ്മേളനവുമൊന്നും ആയിരിക്കാനിടയില്ല. കാഴ്ചയിൽ നല്ല സമ്പന്നരാണ്. രണ്ടുപേർക്കും സ്വർണമാലയും കൈയിൽ സ്വർണവളയുമൊക്കെയുണ്ട്.

കസവുമുണ്ടും ലിനൻ ഷർട്ടും. ഏതെങ്കിലും ഷോപ്പിന്റെയോ ഹോട്ടലിന്റെയോ ഉദ്ഘാടനമായിരിക്കും. ഉദ്ദേശ്യമെന്തായാലും 'നടക്കില്ല' എന്ന മറുപടി എത്രത്തോളം വിനയപൂർവം പറയാം എന്ന ചിന്തയിലായിരുന്നു ഞാൻ. കുറ്റിപ്പുറത്തിനടുത്തുനിന്നാണ് സംഘത്തിന്റെ വരവ്. പതിവുകുശലങ്ങളും എന്റെ സിനിമകളെ പുകഴ്ത്തലുമൊക്കെ കഴിഞ്ഞപ്പോൾ ഞാൻ ചോദിച്ചു–

"പ്രത്യേകിച്ചെന്താ ഇങ്ങോട്ടൊക്കെ?"

കൂട്ടത്തിൽ പക്വതയുണ്ടെന്നു തോന്നിച്ച ഒരു ചേട്ടൻ വിഷയം അവതരിപ്പിച്ചു. അവരുടെ പരിചയത്തിൽ സ്വന്തമായി വീടില്ലാത്ത രണ്ടു കുടുംബങ്ങളുണ്ട്. ബന്ധുവീടുകളിൽ മാറിമാറിയാണിപ്പോൾ താമസം. അവർക്ക് വീടുവെച്ചുകൊടുക്കാൻ മഞ്ജുവാരിയരോടൊന്നു പറയണം.

അത് എന്റെ കണക്കുകൂട്ടലുകൾക്കപ്പുറത്തുള്ള ഒരാവശ്യമായിരുന്നു. ഞാനും മഞ്ജുവും ഒരേ നിയോജകമണ്ഡലത്തിലെ താമസക്കാരാണ്. വിശാലമായ ഒരു പാടശേഖരത്തിന്റെ രണ്ട് കരകളിലായിട്ടാണ് ഞങ്ങളുടെ വീടുകൾ. അന്തിക്കാടുനിന്ന് പാടവരമ്പിലൂടെ പത്തുമിനുട്ട് സൈക്കിൾ ചവിട്ടിയാൽ മഞ്ജുവിന്റെ വീട്ടിലെത്താം. കാറിലാണെങ്കിൽ അല്പം വളഞ്ഞുപോകണം. ഞാൻ പറഞ്ഞു – "ഇവിടെ അടുത്താണ് വീട്. നിങ്ങൾ നേരിട്ടുചെന്ന് പറയുന്നതല്ലേ നല്ലത്?"

"ഞങ്ങൾ പോയിരുന്നു. പക്ഷേ കാണാൻ പറ്റിയില്ല. പെരുമ്പാവൂരിൽ ഡാൻസ് പ്രാക്ടീസ് ചെയ്യാൻ പോയെന്നു പറഞ്ഞു. മാത്രമല്ല ഞങ്ങളെ പരിചയവുമില്ലല്ലോ. സത്യേട്ടൻ ഒന്ന് പറഞ്ഞാൽ കാര്യം നടക്കും."

ഒരുപാട് ഉത്തരങ്ങൾ എന്റെ മനസ്സിലൂടെ കടന്നുപോയി.

മഞ്ജുവിനു മാത്രമല്ല എനിക്കും പരിചയമില്ലല്ലോ. ജീവിതത്തിലാദ്യമായാണ് ഈ കഥാപാത്രങ്ങളെ കാണുന്നത്. ആകാവുന്നത്ര സൗമ്യമായി ഞാൻ പറഞ്ഞു–

"നിങ്ങൾ അവിടത്തെ ജനപ്രതിനിധികളെ കാണൂ. ഇപ്പോഴത്തെ സർക്കാർ ഇത്തരം കാര്യങ്ങളിൽ വളരെ ശ്രദ്ധിക്കുന്നുണ്ട്. പ്രത്യേകിച്ചും മുഖ്യമന്ത്രി, മഞ്ജു ഒരു സാധാരണ വ്യക്തിയല്ലേ? ഒരു വ്യക്തി വിചാരിച്ചാൽ മാത്രം വീടില്ലാത്തവർക്കൊക്കെ വീടുണ്ടാക്കിക്കൊടുക്കാൻ പറ്റുമോ?"

"സർക്കാരിനെ സമീപിച്ചാൽ പെട്ടെന്നൊന്നും നടക്കില്ല. ഇതാവുമ്പോൾ ജനശ്രദ്ധ കിട്ടും. പത്രങ്ങളിലൊക്കെ വാർത്ത വരും. പലർക്കും ഇപ്പൊ മഞ്ജു വാരിയർ വീടുണ്ടാക്കി കൊടുക്കുന്നുണ്ടല്ലോ? വീടിന്റെ താക്കോൽദാനം നമുക്ക് ആഘോഷമായിട്ട് നടത്താം. അതിന് ഇന്നസെന്റിനെകൂടി കിട്ടിയാൽ കേമമായി. അദ്ദേഹമിപ്പോൾ എം.പിയും കൂടിയാണല്ലോ."

അപ്പോൾ വിശാലമായ പ്ലാനിങ്ങോടുകൂടിയാണ് വരവ്. അവർ ഓരോരുത്തരും എന്തൊക്കെയാണ് ചെയ്യുന്നത് എന്ന് ഞാൻ അന്വേഷിച്ചു. രണ്ടുപേർക്ക് നാട്ടിൽ ബിസിനസ്സാണ്. ഒരാൾ കുവൈത്തിൽ. വിഷയം പറഞ്ഞ ചേട്ടനും കൂടെ വന്ന മറ്റൊരാൾക്കും പ്രത്യേകിച്ച് പണിയൊന്നുമില്ല. സാമൂഹികപ്രവർത്തനവും കലാപ്രവർത്തനവും മാത്രം. "നിങ്ങൾ കുറച്ചുപേർ ആത്മാർത്ഥമായി ശ്രമിച്ചാൽ പോരേ" എന്നു ഞാൻ ചോദിച്ചു. അതിനവർ തയ്യാറല്ല. "മഞ്ജു ഏതായാലും അത്തരം സഹായങ്ങൾ ചെയ്യുന്നുണ്ടല്ലോ. ഒന്നു പറഞ്ഞുനോക്കൂ. നടക്കുന്നെങ്കിൽ നടക്കട്ടെ."

ജീവകാരുണ്യപ്രവർത്തനങ്ങളെ ആളുകൾ എത്ര ലാഘവത്തോടെയാണ് കാണുന്നത് എന്നോർത്തപ്പോൾ അതിശയം തോന്നി...

സഹായം ആവശ്യമുള്ളവർക്കല്ല തിടുക്കം. അത് ആഘോഷിക്കാൻ നടക്കുന്നവർക്കാണ്.

മറ്റുള്ളവരുടെ കണ്ണീരുകണ്ട് മനസ്സലിഞ്ഞ് ഒരു കലാകാരി സഹായിക്കാൻ തയ്യാറായാൽ പിന്നീട് അത് അവരുടെ കടമയായി കണക്കാക്കുകയാണ് സമൂഹം. 'നനഞ്ഞിടം കുഴിക്കുക' എന്നൊരു പഴമൊഴിയുണ്ട്. അതുതന്നെയാണ് സംഭവിച്ചുകൊണ്ടിരിക്കുന്നത്. മഞ്ജു വാരിയർ ഒരു പണച്ചാക്കല്ല എന്ന് ഞാനവരോട് പറഞ്ഞു. അഭിനയിച്ചും നൃത്തം ചെയ്തും കിട്ടുന്ന പ്രതിഫലത്തിൽനിന്ന് ഒരു പങ്ക് എടുത്താണ് ഇത്തരം കാര്യങ്ങൾ ചെയ്യുന്നത്. അതൊരു ചുമതലയായിക്കണ്ട് അവരെ മാത്രം ബുദ്ധിമുട്ടിക്കുകയല്ല വേണ്ടത്. ആവശ്യത്തിലേറെ പണമുള്ള ഒരുപാടാളുകളുണ്ടല്ലോ നമ്മുടെ നാട്ടിൽ? പത്മശ്രീക്കുവേണ്ടി പണമെറിയുന്ന പ്രാഞ്ചിയേട്ടന്മാരും അഴിമതി നടത്തി കീശ വീർപ്പിക്കുന്ന ഉദ്യോഗസ്ഥരും സാമൂഹികസേവനം ബിസിനസ്സായി കൊണ്ടുനടക്കുന്ന രാഷ്ട്രീയക്കാരും

- അങ്ങനെ എത്രയോ പേർ. അവരെയൊക്കെയല്ലേ ബോധവൽക്കരിക്കേണ്ടത്? വിശദമായി പറഞ്ഞപ്പോൾ സംഗതി ശരിയാണെന്ന് വന്നവർക്കും ബോധ്യമായി. തികഞ്ഞ സൗഹാർദ്ദത്തോടെ ഒപ്പംനിന്ന് സെൽഫിയൊക്കെയെടുത്ത് അവർ തിരിച്ചുപോയി.

സിനിമയിൽ ഒരു നടനോ നടിയോ 'ടൈപ്പ്' ചെയ്യപ്പെടുന്നതും ഇങ്ങനെത്തന്നെയാണ്. ഒരു സിനിമയിൽ ഒരു നടൻ വക്കീലായി തിളങ്ങിയാൽ, പിന്നെ മിക്കവാറും പടങ്ങളിൽ അയാൾ വക്കീൽതന്നെ ആയിരിക്കും. വി.കെ. ശ്രീരാമൻ ഏതോ സിനിമയിൽ ഹാജിയാരായി തകർത്തഭിനയിച്ചു. തുടർന്നുവന്ന കുറെ സിനിമകളിൽ അതുതന്നെയായിരുന്നു ശ്രീരാമന്റെ വേഷം. മടുത്തപ്പോൾ ഡേറ്റ് ചോദിച്ചുവരുന്നവരോട് ആദ്യമേ തന്നെ ശ്രീരാമൻ പറയും - "ഹാജിയാരാണെങ്കിൽ ഞാനില്ല കേട്ടോ". ജോഷിയടക്കമുള്ള പല സംവിധായകരുടെയും സിനിമകളിൽ സ്ഥിരം ഇൻസ്പെക്ടറായി അഭിനയിച്ച രാജശേഖരൻ എന്ന നടന്റെ പേരുതന്നെ പിന്നീട് എസ്.ഐ. രാജശേഖരൻ എന്നായി മാറി. പഴയ ഒരനുഭവം ഇതോടൊപ്പം ചേർത്തുവായിക്കാം എന്നു തോന്നുന്നു.

ഡോക്ടർ ബാലകൃഷ്ണന്റെ 'രേഖാ സിനി ആർട്സി'ൽ ഞാൻ സംവിധാന സഹായിയായി പ്രവർത്തിക്കുന്ന കാലമാണ്. ഡോക്ടർതന്നെ സംവിധാനം ചെയ്യുന്ന ഒരു സിനിമയുടെ ചിത്രീകരണം നടക്കുന്നു. മദിരാശിയിലെ അരുണാചലം സ്റ്റുഡിയോവിലാണ് ഷൂട്ടിങ്. അന്നൊക്കെ കാൾഷീറ്റ് അടിസ്ഥാനത്തിലായിരുന്നു സിനിമാ ജോലികൾ നടന്നിരുന്നത്. രാവിലെ ഒമ്പതു മുതൽ വൈകുന്നേരം അഞ്ചുവരെ ഒരു കാൾഷീറ്റ്. അഞ്ചുകഴിഞ്ഞാൽ സ്റ്റുഡിയോ ചാർജ് കൂടും. ലൈറ്റ് ബോയ്സിനും മറ്റു ജോലിക്കാർക്കുമൊക്കെയുള്ള ബത്തയും കൂടുതൽ കൊടുക്കണം. അതുകൊണ്ട് ഒമ്പതുമണി എന്നുപറഞ്ഞാൽ കൃത്യം ഒമ്പതിനുതന്നെ ജോലി തുടങ്ങും. അതിനുമുമ്പ് നടീനടന്മാരെയും സംവിധായകനും ക്യാമറാമാനുമടക്കമുള്ള സാങ്കേതികപ്രവർത്തകരെയും സ്റ്റുഡിയോവിലെത്തിക്കേണ്ട ചുമതല പ്രൊഡക്ഷൻ മാനേജർക്കാണ്.

രാഘവനും സുധീറും പ്രധാന വേഷങ്ങളിൽ അഭിനയിക്കുന്ന സിനിമയാണ്. അവർ രണ്ടുപേരുമൊഴിച്ച് ബാക്കിയെല്ലാവരും സെറ്റിലെത്തിക്കഴിഞ്ഞു. സമയം ഒമ്പതിനോടടുക്കുന്നു.

പിറ്റേന്നത്തെ ലൊക്കേഷൻ നോക്കാൻപോയ ആർട്ട് ഡയറക്ടർ തിരിച്ചെത്തിയിട്ടില്ല, പ്രൊഡക്ഷൻ കാറിലാണ് അദ്ദേഹം പോയിരിക്കുന്നത്. ഒരു കാർ മാത്രമേ സ്റ്റുഡിയോവിൽ ബാക്കിയുള്ളൂ. അത് സുധീറിന് അയയ്ക്കണോ രാഘവന് അയയ്ക്കണോ എന്ന് സംശയിച്ചു നിൽക്കുമ്പോൾ ഒരു ഓട്ടോറിക്ഷ ഗേറ്റ് കടന്ന് അതിവേഗം വന്നു. നടൻ രാഘവനാണ്. അഹങ്കാരത്തിന്റെ കണികപോലുമില്ലാത്ത ആളാണ് രാഘവേട്ടൻ. അന്നും ഇന്നും അങ്ങനെതന്നെ. അദ്ദേഹം നായകനായി അഭിനയിച്ച

സിനിമകൾ തിയേറ്ററുകളിൽ നിറഞ്ഞോടുന്ന കാലമാണ്. ചെമ്പരത്തിയിലെ 'ചക്രവർത്തിനീ നിനക്കു ഞാനെന്റെ ശില്പഗോപുരം തുറന്നു...' എന്ന പാട്ടൊക്കെ കാമ്പസുകളിൽ ആവേശമായിരുന്ന കാലം.

ഓട്ടോറിക്ഷയിൽ നിന്നിറങ്ങിയ ഉടനെ മാനേജരോട് അദ്ദേഹം പറഞ്ഞു – "ഞാൻ കുറേ നേരമായി കാത്തിരിക്കുകയായിരുന്നു. എട്ടരയായിട്ടും വണ്ടി കാണാതായപ്പോൾ ഒരു ഓട്ടോയെടുത്തു പോന്നു. ഒമ്പതു മണിക്ക് തുടങ്ങേണ്ടതല്ലേ? ഞാൻ കാരണം ഷൂട്ടിങ് വൈകരുതല്ലോ." മാനേജർ ഒരു നൂറായിരം നന്ദി പറഞ്ഞു. രാഘവേട്ടൻ മേക്കപ്പ് ചെയ്യാൻ പോയി. സെറ്റിലുണ്ടായിരുന്ന കാർ നേരെ സുധീറിനയച്ചു. സുധീർ വരുമ്പോഴേക്കും രാഘവൻ സീനൊക്കെ വായിച്ച് റെഡിയായിക്കഴിഞ്ഞിരുന്നു.

തൊട്ടടുത്ത ദിവസം! അന്നും ഇവർ തന്നെയാണ് അഭിനേതാക്കൾ. തലേദിവസത്തെപ്പോലെ കാറിന് ദൗർലഭ്യമൊന്നുമില്ല. എങ്കിലും മാനേജർ തന്റെ അസിസ്റ്റന്റിനെ വിളിച്ച് നിർദ്ദേശം കൊടുത്തു.

"രാഘവേട്ടനെ വിളിച്ച് ഒരു ഓട്ടോ എടുത്ത് ഇങ്ങോട്ടു വരാൻ പറയൂ. സുധീർ സാറിന് കാർ അയയ്ക്ക്." ഞാനും ആ സിനിമയുടെ സഹസംവിധായകനായ പി. ചന്ദ്രകുമാറും അത് കേട്ടുകൊണ്ടു നിൽക്കുകയായിരുന്നു. അനീതി കണ്ടാൽ പെട്ടെന്ന് പ്രതികരിക്കുന്ന ആളാണ് ചന്ദ്രകുമാർ. ചന്ദ്രൻ പ്രൊഡക്ഷൻ മാനേജരെ നിർത്തി പൊരിച്ചു എന്നു വേണമെങ്കിൽ പറയാം. രാഘവേട്ടനുള്ള കാർ അപ്പോൾതന്നെ അയപ്പിച്ചിട്ടേ ഞങ്ങളവിടെ നിന്നു മാറിയുള്ളൂ. ഒരാൾ ഒരിക്കൽ ഒരു ഔദാര്യം കാണിച്ചാൽ അതയാളുടെ ബലഹീനതയാണെന്ന് കരുതരുത് എന്നൊരു താക്കീതും ചന്ദ്രൻ കൊടുത്തു. ഇതൊരു ഉദാഹരണമാണ്. ഒന്നു താഴ്ന്നു കൊടുത്താൽ തലയിൽ കയറി ഭരതനാട്യമാടും എന്നൊക്കെ പറയാറില്ലേ? അതുപോലെ ഒന്ന്!

നിർദോഷമായ ഒരു ആവർത്തനത്തിന്റെ കഥകൂടി പറയാം. നേരത്തെ പറഞ്ഞതുപോലുള്ള ഗൗരവമൊന്നും ഇതിലില്ല കേട്ടോ. എറണാകുളത്ത് 'പട്ടണപ്രവേശ'ത്തിന്റെ ഷൂട്ടിങ് നടക്കുന്നു. കലൂരിൽ ഇന്നത്തെ പി.വി.എസ്. ഹോസ്പിറ്റൽ നിൽക്കുന്ന സ്ഥലത്ത് അന്നൊരു ഹോട്ടലാണ്. കല്പക ടൂറിസ്റ്റ് ഹോം. പി.വി.എസ്. ഗ്രൂപ്പിന്റെ തന്നെയായിരുന്നു ആ ഹോട്ടൽ. ഷൂട്ടിങ്ങിനായി വന്നാൽ ഞങ്ങളൊക്കെ താമസിക്കുന്നത് ആ ഹോട്ടലിലാണ്. അവിടത്തെ റെസ്റ്റോറന്റിൽ തന്നെയായിരുന്നു അന്നത്തെ ഷൂട്ടിങ്. തടിയനായ എൻ.എൽ. ബാലകൃഷ്ണന്റെ ചോരയെടുക്കാൻ മോഹൻലാൽ സിറിഞ്ചുമായി വരുന്ന രംഗം. (സി.ഐ.ഡി. ദാസന്റെ കേസന്വേഷണം) രാവിലെ ഏഴുമണിക്കുതന്നെ ഷൂട്ടിങ് തുടങ്ങി. ആ സീൻ എടുത്തുകഴിഞ്ഞിട്ടാണ് പ്രഭാതഭക്ഷണത്തിന് ബ്രേക്ക് ചെയ്തത്. ഷൂട്ടിങ് ടീമിനുള്ള ഭക്ഷണമൊരുക്കുന്നത് പ്രത്യേകം മെസ്സിലാണ്. റെസ്റ്റോറന്റിൽ ഇരുന്നാണ് കഴിക്കുന്നതെങ്കിലും ഞങ്ങൾക്കെല്ലാം വിളമ്പിയത് മെസ്സിലെ

ഇഡ്ഡലിയും ദോശയുമായിരുന്നു. അടുത്ത ടേബിളുകളിൽ മറ്റു കസ്റ്റമേഴ്സുമുണ്ട്. അവരിൽ ഒരാൾ ബ്രെഡും ഓംലറ്റും കഴിക്കുന്നതു കണ്ടപ്പോൾ എനിക്കൊരു കൊതി. പ്രൊഡക്ഷൻ അസിസ്റ്റന്റ് അലിയെ വിളിച്ച് ഞാൻ പറഞ്ഞു: "എനിക്കിന്ന് നമ്മുടെ ഭക്ഷണം വേണ്ട. ഇവിടന്ന് ബ്രെഡ്ഡും ഓംലറ്റും വാങ്ങിത്തന്നാൽ മതി." നിമിഷനേരംകൊണ്ട് ബ്രെഡ്ഡും ഓംലറ്റും എന്റെ മുന്നിലെത്തി.

അതിലെ അപകടം ഞാനറിഞ്ഞത് പിറ്റേന്നാണ്. കാക്കനാടുള്ള ഒരു ഗോഡൗണിലായിരുന്നു അന്ന് ഷൂട്ടിങ്. താടിവെച്ച് വേഷവും ശബ്ദവും മാറ്റിയ ശ്രീനിവാസൻ തിലകൻ ചേട്ടനെ സൈക്കിളിൽ ജോലിക്ക് കൊണ്ടുവരുന്ന രംഗം. രാവിലെത്തന്നെ കുറെ ഷോട്ടുകൾ എടുത്തതിനുശേഷം പ്രഭാതഭക്ഷണത്തിനുവേണ്ടി ബ്രേക്ക് പറഞ്ഞു. ഇടിയപ്പവും മുട്ടക്കറിയുമായിരുന്നു അന്ന് മെസ്സിലെ മെനു. എന്റെ പ്രിയപ്പെട്ട ഭക്ഷണം. അത് എന്റെ മുന്നിലെ പ്ലേറ്റിൽ വിളമ്പിയതേയുള്ളു.

"സർ അതു കഴിക്കണ്ട" എന്ന് ഉറക്കെ വിളിച്ചുപറഞ്ഞുകൊണ്ട് ഒരു പൊതിയുമായി അലി ഓടിവന്നു. "സാറിനുള്ള ഭക്ഷണം ഞാൻ വേറെ കൊണ്ടുവന്നിട്ടുണ്ട്."

ഇടിയപ്പവും മുട്ടക്കറിയും മാറ്റി, അലി എനിക്ക് ബ്രെഡ്ഡും തണുത്ത ഓംലറ്റും വിളമ്പി. പാവം, എനിക്കുവേണ്ടി മാത്രം കരുതിവെച്ചതല്ലേ എന്നോർത്ത് മനസ്സില്ലാമനസ്സോടെ ഞാനതു കഴിച്ചു. അടുത്ത ദിവസം പുട്ടും കടലയുമായിരുന്നു. ക്യാമറാമാൻ വിപിൻമോഹനും ശ്രീനിവാസനുമൊക്കെ ആസ്വദിച്ച് അതു കഴിക്കുമ്പോഴും പുലർച്ചെ നാലുമണിക്ക് ഉണ്ടാക്കിയ തണുത്ത ബ്രെഡ്ഡ് ടോസ്റ്റും ഓംലറ്റും കഴിക്കാനായിരുന്നു എന്റെ വിധി. ഡയറക്ടക്ടർക്കുള്ള സ്പെഷ്യൽ ബ്രേക്ക്ഫാസ്റ്റ് എന്നു പറഞ്ഞ് ഉണ്ടാക്കിക്കൊണ്ടുവന്നതല്ലേ, നിരാശപ്പെടുത്തേണ്ട എന്നു കരുതി അന്നും ഞാൻ സഹിച്ചു. അങ്ങനെ നാലഞ്ചു ദിവസങ്ങൾ.

ആറാമത്തെ ദിവസവും ഇതാവർത്തിച്ചപ്പോൾ തൊഴുതുകൊണ്ട് ഞാൻ പറഞ്ഞു. "എന്റെ പൊന്നു അലി, ഇനി എന്നെ ശിക്ഷിക്കരുത്. അന്ന് റെസ്റ്റോറന്റിൽതന്നെ ഷൂട്ടിങ് ആയതുകൊണ്ട് ഒരു പൂതിക്ക് പറഞ്ഞുപോയതാണ്. ക്ഷമിക്കണം. ഇനി മേലിൽ ഡയറക്ടർക്ക് ഒരു സ്പെഷലും വേണ്ട. ഇവിടെ എല്ലാവരും കഴിക്കുന്ന ആഹാരം മതി." എന്നിട്ട് ചൂടുള്ള പാലപ്പവും ഉരുളക്കിഴങ്ങുകറിയും ഞാൻ ആർത്തിയോടെ കഴിച്ചു. സ്നേഹസമ്പന്നനായ അലിയുടെ പകച്ച മുഖം ഇപ്പോഴും കണ്ണിലുണ്ട്!

സൗഹൃദങ്ങളുടെ സൂര്യൻ

ലോഹിതദാസിന്റെ അനുസ്മരണച്ചടങ്ങിൽ ഞാൻ പങ്കെടുക്കാറില്ല. ടി.വി. ചാനലുകാർ ലോഹിയെക്കുറിച്ച് എന്തെങ്കിലും പറയണമെന്നു പറഞ്ഞാലും വല്ല മുടന്തൻ ന്യായവും പറഞ്ഞ് ഒഴിഞ്ഞുമാറും. ലോഹിതദാസ് ഈ ലോകം വിട്ടുപോയെന്ന് വിശ്വസിക്കാൻ എന്റെ മനസ്സ് ഇതുവരെ സമ്മതിച്ചിട്ടില്ല.

കണ്ണടച്ചാൽ ഇപ്പോഴും കാണാം ആ സാന്നിധ്യം. താടി ഉഴിഞ്ഞുകൊണ്ടുള്ള ആ കുസൃതിച്ചിരി, ഏതെങ്കിലും വിഷയത്തെപ്പറ്റി സംസാരിക്കാൻ തുടങ്ങിയാൽ അഗാധമായി അതിലേക്കിറങ്ങിച്ചെന്നുള്ള സംഭാഷണം.

ലോഹി ചിലപ്പോൾ കുട്ടിയായി മാറും. മറ്റു ചിലപ്പോൾ രക്ഷിതാവും ഗുരുനാഥനുമാകും. എന്തും തുറന്നുപറയാവുന്ന ചങ്ങാതിയും.

'കുടുംബപുരാണം' എന്ന സിനിമയിലൂടെയാണ് ഞങ്ങൾ സുഹൃത്തുക്കളാകുന്നത്. 'തനിയാവർത്തന'വും എഴുതാപ്പുറങ്ങളുമായിരുന്നു ലോഹി അതിനുമുമ്പ് എഴുതിയ സിനിമകൾ. സെൻട്രൽ പിക്ചേഴ്സിനു വേണ്ടിയുള്ള സിനിമയെപ്പറ്റി ആലോചിച്ചപ്പോൾ ഞാൻ നിർമ്മാതാക്കളോട് പറഞ്ഞു. "ശ്രീനിവാസൻ തിരക്കിലാണ്, ലോഹിതദാസ് എഴുതുമോ നമ്മുടെ തിരക്കഥ?" 'എഴുതാപ്പുറങ്ങൾ' സെൻട്രൽ പിക്ചേഴ്സായിരുന്നു നിർമ്മിച്ചത്. അവർ അപ്പോൾതന്നെ ലോഹിയുമായി ബന്ധപ്പെട്ടു. സത്യനുമായൊന്നു നേരിട്ടു സംസാരിക്കട്ടെയെന്ന് ലോഹി പറഞ്ഞു.

കോട്ടയത്തുനിന്ന് തൃശൂർക്കുള്ള മടക്കയാത്രയിലായിരുന്നു ഞാൻ. ചാലക്കുടിയിലെ ഒരു ഹോട്ടലിന്റെ റിസപ്ഷനിൽ കാത്തുനിൽക്കാമെന്ന് ലോഹി പറഞ്ഞു. അന്നാണ് ആദ്യമായി നേരിട്ടു കാണുന്നത്.

ഞാൻ ഹോട്ടലിൽ എത്തുമ്പോൾ ലോഹി മുറ്റത്തുതന്നെ നില്പുണ്ടായിരുന്നു. ചെറിയൊരു കുടയും കക്ഷത്തുവെച്ച് മുണ്ട് മാടിക്കുത്തി ഒരു തനി നാട്ടിൻപുറത്തുകാരൻ. ഒരൊറ്റ ദിവസംകൊണ്ട് ഒരുപാട് വർഷത്തെ പരിചയമുള്ളവരായി മാറി ഞങ്ങൾ.

"തമാശ എനിക്ക് അത്ര വഴങ്ങുന്നതല്ല." ലോഹി പറഞ്ഞു.

കുടുംബസിനിമകളാണെങ്കിലും നർമ്മത്തിലൂടെ കഥ പറയുക

യെന്നതായിരുന്നു എന്റെ രീതി. നിത്യജീവിതത്തിലുണ്ടാകുന്ന തമാശ കൾ മതി നമുക്കെന്ന് ഞാൻ പറഞ്ഞു.

ആ ധൈര്യത്തിലാണ് കുടുംബപുരാണം എഴുതുന്നത്. അതിലെ ബാലചന്ദ്രമേനോന്റെ കഥാപാത്രവും കുഞ്ഞമ്മയെന്ന വേലക്കാരിയായി വന്ന ഫിലോമിനയുമൊക്കെ തിയേറ്ററുകളിൽ വലിയ പൊട്ടിച്ചിരിയാണു ണ്ടാക്കിയത്.

കുടുംബപുരാണം മാത്രമല്ല, ലോഹി എനിക്കുവേണ്ടി എഴുതിയ എല്ലാ സിനിമകളിലും നിലവാരമുള്ള ഒട്ടേറെ തമാശകളുണ്ടായിരുന്നു. 'സസ്നേഹ'വും 'തൂവൽക്കൊട്ടാര'വും 'വീണ്ടും ചില വീട്ടുകാര്യങ്ങളു' മൊക്കെ വലിയ വിജയമായി മാറിയത് ലോഹിയുടെ ഒതുക്കമുള്ള രചന കൊണ്ടുകൂടിയായിരുന്നു.

കനൽക്കാറ്റിലെ മമ്മൂട്ടിയുടെ നത്തുനാരായണനും കെ.പി.എ.സി. ലളിതയുടെ ഓമനയുമൊക്കെ വേദനകൾക്കിടയിലും പുഞ്ചിരി സമ്മാ നിച്ച കഥാപാത്രങ്ങളാണ്.

എഴുത്തുകാരനും സംവിധായകനും എന്നതിനപ്പുറമായിരുന്നു ഞങ്ങ ളുടെ ബന്ധം. അന്നൊക്കെ മനസ്സിനെന്തെങ്കിലും പ്രയാസം തോന്നിയാൽ വണ്ടിയുമെടുത്ത് നേരെ ഷൊർണൂരിൽ ചെല്ലും. കുറേനേരം ലോഹിത ദാസുമായി സംസാരിച്ചാൽ പ്രയാസമൊക്കെ മഞ്ഞുപോലെ ഉരുകും. തിരിച്ചും അങ്ങനെതന്നെ.

പ്രതീക്ഷിച്ചിരിക്കാത്ത നേരത്ത് ലോഹിയുടെ ഒരു വിളി വരും. "ഒന്നി ങ്ങോട്ടിറങ്ങുമോ?" ചെല്ലുമ്പോൾ ഒന്നുകിൽ വ്യക്തിപരമായ എന്തെങ്കിലും സങ്കടങ്ങൾ, അല്ലെങ്കിൽ തിരക്കഥയിൽ, അത് മറ്റു സംവിധായകർക്കു വേണ്ടി എഴുതുന്നതാകും, ഒരു പ്രതിസന്ധി. തിരിച്ചു പോകുമ്പോഴേക്കും മുഖം തെളിഞ്ഞിട്ടുണ്ടാകും. എന്നിട്ട് എന്നെ സന്തോഷിപ്പിക്കാൻവേണ്ടി പറയും, "സത്യൻ വന്നാൽ ഒരു സൂര്യൻ ഉദിച്ചപോലെയാണ്." വാസ്ത വത്തിൽ ലോഹിയായിരുന്നു സൂര്യൻ. എനിക്കു മാത്രമല്ല, പരിചയപ്പെട്ടി ട്ടുള്ള ഓരോരുത്തർക്കും.

'ഓർമ്മച്ചെപ്പ്' എന്ന സിനിമ വേണ്ട രീതിയിൽ വിജയിക്കാതെ വന്ന പ്പോൾ പെട്ടെന്ന് വലിയൊരു മൗനത്തിൽപ്പെട്ടതുപോലെയായി ലോഹിത ദാസ്. പതിവിലും വലിയ വിഷാദം. "എല്ലാവരും ചോദിക്കുന്നു, എഴുതി യാൽ പോരേ, എന്തിനാണ് സംവിധാനം ചെയ്യുന്നത് എന്ന്." അതായി രുന്നു ലോഹിയുടെ ഏറ്റവും വലിയ സങ്കടം.

ഭൂതക്കണ്ണാടിയെന്ന അതിമനോഹരചിത്രം സംവിധാനം ചെയ്ത ആളല്ലേ ലോഹി. ബോക്സ്ഓഫീസിലെ വിജയം മാത്രം നോക്കി മാർക്കിടുന്നവരോട് പ്രതികരിക്കാൻ പോകേണ്ട. കൂടുതൽ നല്ല സിനിമ യുണ്ടാക്കി കാണിച്ചുകൊടുത്താൽ മതിയെന്നു പറഞ്ഞ് ഞാൻ ആശ്വസിപ്പിച്ചു. എങ്കിലും കേരളത്തിൽനിന്ന് കുറച്ചു ദിവസത്തേക്കൊന്ന് മാറിനിന്നാൽ കൊള്ളാമെന്ന് ലോഹി പറഞ്ഞു. ഒരു കഥ ചർച്ച ചെയ്യാ നെന്ന വ്യാജേന മുങ്ങാം.

അങ്ങനെയാണ് ഞങ്ങൾ പോണ്ടിച്ചേരിയിലെ അരവിന്ദാശ്രമത്തിനടുത്ത് 'ആരോവിൽ' എന്ന സങ്കേതത്തിലെത്തുന്നത്. വിദേശികളും പല നാടുകളിൽ നിന്നെത്തുന്ന സഞ്ചാരികളുമാണ് അവിടെ താമസം. പരിചയക്കാരെന്നല്ല മലയാളം അറിയാവുന്നവർ പോലും അവിടില്ല. ഞങ്ങൾ രണ്ട് സൈക്കിളുകൾ ഒരു മാസത്തേക്ക് വാടകയ്ക്കെടുത്തു. വിദേശികളോട് മത്സരിക്കാൻ വേഷവിധാനം മാറ്റി.

രണ്ടുപേരും ബർമുഡയും ടീ ഷർട്ടും വാങ്ങി. ജീവിതത്തിലാദ്യമാണ് അത്തരം വേഷം ഞാൻ ധരിക്കുന്നത്. അറിയാത്ത വഴികളിലൂടെ സൈക്കിൾ ഓടിച്ചും പരദൂഷണം പറഞ്ഞും വായിച്ചും കഥകൾ കൈമാറിയും മനസ്സമാധാനത്തോടെ ഉറങ്ങിയും കുറേ ദിവസങ്ങൾ. സങ്കടങ്ങളൊക്കെ മറന്ന് മനസ്സു പിന്നെയും ഉണർന്നു. ആ ഉണർവിൽ നിന്നാണ് 'വീണ്ടും ചില വീട്ടുകാര്യങ്ങളു'ടെ ജനനം. തിരിച്ചുവന്ന ഉടനെ ലോഹി അതിന്റെ തിരക്കഥ എഴുതി. ഗൃഹലക്ഷ്മിക്കുവേണ്ടി പി.വി. ഗംഗാധരനാണ് ആ സിനിമ നിർമ്മിച്ചത്.

സിനിമയിൽ ഒരു സംവിധായകന്റെ കഥാപാത്രമുണ്ടായിരുന്നു. ജയറാം അവസരം ചോദിച്ചു ചെല്ലുന്ന സീനിനുവേണ്ടിയാണ്. "ഫാസിലിനെ വിളിച്ചു ചോദിച്ചാലോ, അഭിനയിക്കുമോയെന്ന്?" "ഫാസിൽ സമ്മതിക്കില്ല." ഞാൻ പറഞ്ഞു.

'അത് ലോഹിതന്നെ അഭിനയിച്ചാൽ മതി." എന്റെ നിർബന്ധത്തിനു വഴങ്ങി ലോഹി നടനായും അതിൽ പ്രത്യക്ഷപ്പെട്ടു. വീണ്ടും ചില വീട്ടുകാര്യങ്ങളായിരുന്നു പുറത്തൊരു സംവിധായകനുവേണ്ടി ലോഹി എഴുതിയ അവസാന തിരക്കഥ.

ലക്കിടിയിൽ അമരാവതി എന്ന വീടിന്റെ സ്വകാര്യതയിൽ ആകാശത്തിനു താഴെയുള്ള എല്ലാ കാര്യങ്ങളേയുംക്കുറിച്ച് സംസാരിച്ച് ഒരുപാട് രാപകലുകൾ ഞങ്ങൾ ചെലവഴിച്ചിട്ടുണ്ട്. പഴയ ഒരു മനയായിരുന്നു ആ വീട്. മുറികൾ ബാത്ത്റൂം അറ്റാച്ച്ഡായിരുന്നില്ല. പൊതുവെ ഭൂതപ്രേതങ്ങളെ പേടിയായതുകൊണ്ട് ഞാൻ ലോഹിതദാസിന്റെ മുറിയിൽ തന്നെയാണ് ഉറങ്ങാൻ കിടക്കുക. രാത്രി എപ്പോഴെങ്കിലും ഒന്ന് ബാത്ത്റൂമിൽ പോകാൻ തോന്നിയാൽ ലോഹിയെ വിളിച്ചുണർത്തും. പുറത്തെ വരാന്തയോട് ചേർന്നാണ് ബാത്ത്റൂം. എന്നോടൊപ്പം പുറത്തുവന്ന് ഉറക്കച്ചടവോടെ ഒരു സിഗരറ്റും കത്തിച്ച് കാവൽ നിൽക്കുമ്പോൾ എന്നെ കളിയാക്കും "വലിയ സംവിധായകനാണത്രെ, മൂത്രമൊഴിക്കാൻ പോകാൻ കൂട്ടുവേണം."

ഒരിക്കൽ മറ്റൊരു എഴുത്തുകാരൻ എഴുതുന്ന സിനിമയുടെ തിരക്കഥാ ചർച്ചയുമായി ഞാൻ എറണാകുളത്തൊരു ഹോട്ടലിൽ താമസിക്കുന്നു. എഴുത്തുകാരൻ എഴുതുന്ന സീനുകളൊന്നും എന്റെ പ്രതീക്ഷയ്ക്കൊത്ത് ഉയരുന്നില്ല. ഷൂട്ടിങ് ദിവസം തീരുമാനിച്ചുകഴിഞ്ഞിരുന്നു. എനിക്കാകെ വേവലാതിയായി. ലോഹി സ്വന്തം സിനിമയുടെ പണികളുമായി മദ്രാസിലാണ്. ബേജാറോടെ ഞാൻ വിളിച്ചു. എന്റെ ശബ്ദത്തിലെ ടെൻഷൻ ലോഹി തിരിച്ചറിഞ്ഞു. നിർമ്മാതാവിനെ വിളിച്ച് പടം നിർത്തിയാലോ എന്നുവരെ എത്തിയിരുന്നു എന്റെ ചിന്ത. ലോഹിതദാസ് പറഞ്ഞു ഒന്നും

വേണ്ട, ആ കഥയിൽ നല്ലൊരു സിനിമയ്ക്ക് സ്കോപ്പുണ്ട്. സത്യൻ എന്നോട് അത് നന്നായി പറഞ്ഞിട്ടുമുണ്ട്. അത്, ആ പറഞ്ഞ ഓർഡറിൽ സ്വയം ഒന്ന് എഴുതിനോക്ക്. അടുത്ത ആഴ്ച ഞാൻ നാട്ടിൽ വരും. അതിനുള്ളിൽ ശരിയായിട്ടില്ലെങ്കിൽ രാത്രിയും പകലുമിരുന്ന് ഞാനത് പൂർത്തിയാക്കിത്തരാം, ഒരാളുമറിയാതെത്തന്നെ." അതൊരു വല്ലാത്ത കരുത്തായിരുന്നു. ലോഹി വന്നു ശരിയാക്കിത്തരും എന്ന വിശ്വാസത്തിൽ ഞാനെഴുതി. മദ്രാസിൽനിന്ന് തിരിച്ചെത്തിയപ്പോൾ അതു വായിച്ചിട്ട് ലോഹി പറഞ്ഞു, "ഇതുമതി, ഞാൻ കൈവയ്ക്കേണ്ട ആവശ്യമില്ല. നല്ല സിനിമയായിരിക്കും." അതു നല്ല സിനിമയും നല്ല വിജയവുമായി മാറി. ലോഹിതദാസ് ഉണ്ടെന്ന ധൈര്യമായിരുന്നു അതിന്റെ പിൻബലം.

ഷൊർണൂർ റസ്റ്റ്ഹൗസ് ആണ് ഞങ്ങളുടെ സ്ഥിരം സങ്കേതം. അവിടെയെത്തിയാൽ സ്വന്തം വീടിനേക്കാൾ സ്വാതന്ത്ര്യമാണ് ലോഹിക്ക്. ഷർട്ടൊക്കെ അഴിച്ചിട്ട് കാരണവരെപോലെ നടക്കും. അടുക്കളയിൽ കയറി പാചകം ചെയ്യും. ഗസ്റ്റ്ഹൗസിലെ ജീവനക്കാരൻ ഉണ്ണിയും വീട്ടുകാരനായേ ലോഹിയെ കണ്ടിട്ടുള്ളൂ. രാത്രി വളരെ വൈകുംവരെ ഗസ്റ്റ്ഹൗസിന്റെ വരാന്തയിൽ ഞങ്ങൾ വർത്തമാനം പറഞ്ഞിരിക്കും. സംസാരത്തിൽ സിനിമയും കഥയുമൊക്കെ വളരെ കുറച്ചേ കടന്നുവരൂ. കൂടുതലും ജീവിതം തന്നെയാകും വിഷയം. കടന്നുവന്ന വഴികൾ, അനുഭവങ്ങളിലെ കയ്പും മധുരവും പ്രണയം... ഇതൊക്കെ പരസ്പരം കൈമാറും.

ചില വൈകുന്നേരങ്ങളിൽ ലോഹി പറയും നമുക്ക് ഭാരതപ്പുഴ വരെ നടക്കാം. സുഭാഷ് ഹോട്ടലിൽനിന്ന് ചായയും പരിപ്പുവടയും കഴിച്ച് ചെറുതുരുത്തി പാലത്തിന്റെ അടിയിലൂടെ പുഴയോരത്തിറങ്ങും. കുറെ നടന്ന് ആളൊഴിഞ്ഞ ഇടംനോക്കി മണൽപ്പുറത്തിരിക്കും. ചിലപ്പോൾ വെള്ളത്തിലിറങ്ങി വെറുതെ കിടക്കും. ഇളംചൂടുണ്ടാകും പുഴയിലെ വെള്ളത്തിന്. അപ്പോഴാകും പുതിയൊരു കഥ മനസ്സിൽ മിന്നുന്നത്. പിന്നെ അതിന്റെ തുമ്പുപിടിച്ചാകും സംസാരം. രാത്രി നാട്ടുവെളിച്ചത്തിൽ തിരിച്ചുള്ള നടത്തം. ഇതൊന്നും ഈ ജന്മം മറക്കാൻ സാധിക്കുന്നില്ല.

ഇപ്പോൾ ഞാൻ ചെറുതുരുത്തി പാലം കടന്ന് വടക്കോട്ടധികം പോകാറില്ല. ഷൊർണൂർ ഗസ്റ്റ്ഹൗസിൽ താമസിക്കാറില്ല. 'ഭാഗ്യദേവത' മനസ്സിൽ തെളിഞ്ഞ സമയത്ത് ഒരു പരീക്ഷണം നടത്തിയതാണ്. ഷൊർണൂരിൽ ഇരുന്ന് എഴുതാമെന്നു കരുതി അവിടംവരെ പോയി. ഗസ്റ്റ്ഹൗസിലെ ഏതു മുറിയിൽചെന്നാലും അവിടെ ലോഹി ഇരിക്കുന്നതുപോലെ തോന്നും. ഇടനാഴിയിൽ, അടുക്കളയിൽ, വരാന്തയിൽ, മുറ്റത്ത്, എന്തിന് ഭാരതപ്പുഴയുടെ മണൽപ്പരപ്പിൽ പോലും ആ സാന്നിധ്യം ഉള്ളതുപോലെ.

ഇല്ല, ലോഹി നമ്മെ വിട്ടുപോയിട്ടില്ല, പോകാൻ ലോഹിക്ക് കഴിയുകയില്ല.

അതിശയിപ്പിക്കുന്ന അറിവുകൾ

“ദൈവം കണിശക്കാരനായ ഒരു മാർവാഡിയെപ്പോലെയാണ്. കൊടുക്കുന്നവർക്ക് കൊടുക്കുന്ന അളവിൽ മാത്രമേ തിരിച്ചുനൽകൂ.” പറഞ്ഞത് ഡോക്ടർ കൃഷ്ണകുമാറാണ്. കോയമ്പത്തൂർ ആര്യവൈദ്യ ഫാർമസിയുടെ എം.ഡി.

തൃശൂരിൽ നടന്ന ഒരു ചടങ്ങിലെ വേദിയിൽവെച്ചായിരുന്നു അദ്ദേഹം അതെന്റെ ചെവിയിൽ പറഞ്ഞത്.

ചടങ്ങ് സംഘടിപ്പിച്ചത് ‘സ്മൃതി’ എന്ന ചാരിറ്റബിൽ സൊസൈറ്റിയാണ്. തൃശൂർ മെഡിക്കൽ കോളേജിലെ 1991ലെ ബാച്ചിൽ പഠിച്ച വിദ്യാർത്ഥികൾ രൂപീകരിച്ച ഒരു സാംസ്കാരിക കൂട്ടായ്മ. അന്ന് അവരോടൊപ്പം പഠിക്കുകയും പിന്നീട് അകാലത്തിൽ ഈ ഭൂമി വിട്ടുപോവുകയും ചെയ്ത രണ്ടു സുഹൃത്തുക്കളുടെ ഓർമ്മയ്ക്കു മുമ്പിൽ അവരെ സ്നേഹിക്കുന്നവരുടെ ഒരു പ്രണാമം. വെറുതെ കൂട്ടംകൂടിയിരുന്നു സംസാരിച്ച് ‘ഓർമ്മകൾ പങ്കിട്ടുപോകലല്ല’ സ്മൃതിയുടെ ലക്ഷ്യം. ചികിത്സയ്ക്ക് പണമില്ലാതെ വിഷമിക്കുന്ന ഒരുപാട് പേരുണ്ട് നമ്മുടെ നാട്ടിൽ. ദാരിദ്ര്യരേഖയ്ക്ക് എത്രയോ താഴെയുള്ളവർ. കോടിയുടെ അഴിമതി നടത്തി ‘തെളിവ് എവിടെ’ എന്നു ചോദിച്ച് രക്ഷപ്പെടുന്ന രാഷ്ട്രീയക്കാരുടെ കണ്ണിൽ ഒരിക്കലും അവർ പെടാറില്ല. അക്കൂട്ടത്തിൽ ചിലർക്കെങ്കിലും ആശ്വാസം പകരുക. പരിമിതമായ കഴിവിനുള്ളിൽനിന്നുകൊണ്ട് വർഷത്തിൽ ഒരാളെയെങ്കിലും ജീവിതത്തിലേക്ക് തിരിച്ചുകൊണ്ടുവരിക. വളരെ ചെറിയ തോതിലുള്ള ഒരു തുടക്കമാണ്. അതിന്റെ ഉദ്ഘാടനച്ചടങ്ങായിരുന്നു വേദി.

കൃഷ്ണകുമാർ സാറിന്റെ ഉദ്ഘാടനപ്രസംഗത്തിനുശേഷമാണ് ഞാൻ സംസാരിച്ചത്. ഒട്ടും ഔപചാരികത ആവശ്യമില്ലാത്ത സദസ്സായതുകൊണ്ട് മനസ്സിലുള്ള ചില കാര്യങ്ങൾ പറയുക മാത്രമാണ് ഞാൻ ചെയ്തത്. എല്ലാം എന്റെ അനുഭവങ്ങൾ മാത്രം. എന്നെ അതിശയിപ്പിച്ച ചില അറിവുകൾ, ജീവിതസന്ദർഭങ്ങൾ.

ഒന്നാമത്തെ അനുഭവം ‘രസതന്ത്രം’ എന്ന സിനിമയുടെ നിർമാണ

കാലത്താണ്. ഷൂട്ടിങ് കഴിഞ്ഞ് എഡിറ്റിങ്ങിനും മറ്റു ജോലികൾക്കുമായി മദ്രാസിൽ പോയ സമയം.

എന്റെ സിനിമയുമായി ബന്ധപ്പെട്ട് രണ്ടുപേരേ ഇപ്പോൾ മദ്രാസിൽ സ്ഥിരതാമസമുള്ളൂ. എഡിറ്റർ രാജഗോപാലും സ്റ്റിൽ ഫോട്ടോഗ്രാഫർ മോമിയും. മോമിയെപ്പറ്റി ഈ പുസ്തകത്തിൽ മുമ്പ് പറഞ്ഞിട്ടുണ്ട്. സംവിധാനം പഠിക്കാൻ മദ്രാസിൽ എത്തിയപ്പോൾ മുതലുള്ള കൂട്ടാണ്. ഞങ്ങൾ ഒരുമിച്ച് ഒരേ മുറിയിലായിരുന്നു താമസം. മഹാത്മാഗാന്ധിക്കുശേഷം ഏറ്റവും ലളിതമായ രീതിയിൽ ജീവിക്കുന്ന ഇന്ത്യക്കാരൻ എന്ന് ഞങ്ങൾ തമാശയായി പറയാറുണ്ട്. പേരിലുമുണ്ട് സാമ്യം. ഒരാൾ മോഹൻദാസ് കരംചന്ദ് ഗാന്ധി. മോമിയുടെ യഥാർത്ഥ പേര് എം.കെ. മോഹനൻ.

മനസ്സിനിണങ്ങിയ സംവിധായകർക്കൊപ്പം മാത്രമേ മോമി ജോലി ചെയ്യാറുള്ളൂ. അത്തരക്കാരേ മോമിയെ വിളിക്കാറുള്ളൂ. രാശിയുള്ള സ്റ്റിൽ ഫോട്ടോഗ്രാഫർ എന്ന സൽപ്പേരും മോമിക്കുണ്ട്. മോമി വർക്ക് ചെയ്തിട്ടുള്ള തൊണ്ണൂറ്റൊമ്പത് ശതമാനം ചിത്രങ്ങളും സൂപ്പർഹിറ്റായിട്ടുണ്ട് എന്നത് പരസ്യമായൊരു രഹസ്യം. കമലും ലാൽ ജോസുമൊക്കെ മോമിയില്ലെങ്കിൽ മാത്രമേ മറ്റു സ്റ്റിൽ ഫോട്ടോഗ്രാഫർമാരെ അന്വേഷിക്കാറുള്ളൂ.

'ക്ലാസ്മേറ്റ്സും' 'ഉദയനാണ് താരവും' 'ചിന്താവിഷ്ടയായ ശ്യാമള' യുമൊക്കെ മോമിയുടെ കൈയൊപ്പു പതിഞ്ഞ ചിത്രങ്ങളാണ്.

രസതന്ത്രം എഡിറ്റിങ്ങ് നടക്കുമ്പോൾ മോമി വന്നുപറഞ്ഞു.

ശങ്കരാടി, നെടുമുടി വേണു,
സുകുമാരൻ, ജഗതി ശ്രീകുമാർ എന്നിവരോടൊപ്പം മോമി

"നാളെ കോഴിക്കോട്ടേക്ക് പോവുകയാണ്. രഞ്ജൻ പ്രമോദിന്റെ 'ഫോട്ടോഗ്രാഫർ' എന്ന ചിത്രം ആരംഭിക്കുന്നു."

'മനസ്സിനക്കരെ'യുടെ ഷൂട്ടിങ് സമയത്തുതന്നെ മോമി നിർബന്ധമായും വേണമെന്ന് രഞ്ജൻ പറയുന്നത് ഞാൻ കേട്ടിട്ടുണ്ട്. നിലമ്പൂരും വയനാടുമൊക്കെ ഷൂട്ടിങ്ങുമുണ്ട്. മോമിയുടെ ക്യാമറക്കണ്ണുകൾക്ക് ഒരു ഉത്സവമാകും 'ഫോട്ടോഗ്രാഫർ' എന്ന് എനിക്കും തോന്നി. പക്ഷേ പിറ്റേന്ന് ഞാൻ താമസിക്കുന്നിടത്ത് അല്പം നിരാശയോടെ മോമി വന്നു. താടിയുള്ള മുഖത്ത് വിഷാദച്ഛായ കണ്ടുപിടിക്കാൻ അല്പം ബുദ്ധിമുട്ടാണ് എങ്കിലും എനിക്കതു മനസ്സിലായി. കാരണമന്വേഷിച്ചപ്പോൾ പറഞ്ഞു.

"ഇന്നു വൈകുന്നേരത്തെ ട്രെയിനിലാണ് പോകേണ്ടത്. നാളെ ഷൂട്ടിങ് തുടങ്ങും. പക്ഷേ ഞാൻ പോകുന്നില്ല."

"അതെന്താ?"

"ഡിജിറ്റൽ ക്യാമറയിലുള്ള സ്റ്റിൽസ് വേണമെന്ന് നിർബന്ധമുണ്ട് രഞ്ജന്, പബ്ലിസിറ്റിക്ക് ഇന്റർനെറ്റും മറ്റ് സോഷ്യൽ മീഡിയയുമൊക്കെ ഉപയോഗിക്കേണ്ടതുകൊണ്ട് അത് അത്യാവശ്യമാണ്."

ശരിയാണ്, മിക്കവാറും എല്ലാവരും ഇപ്പോൾ ഡിജിറ്റലിലേക്ക് മാറിയല്ലോ. ഷൂട്ടിങ്ങിനിടയിൽതന്നെ ലാപ്ടോപ്പിൽ ഇട്ട് കാണാനും വേണ്ട മാറ്റങ്ങൾ വരുത്താനുമൊക്കെ എളുപ്പമാണ്. മോമിയുടെ കൈയിൽ അപ്പോഴും ഫിലിം ഉപയോഗിച്ചെടുക്കുന്ന പഴയ ക്യാമറയേ ഉള്ളൂ. വൈകുന്നേരത്തിനുള്ളിൽ പുതിയൊരു ക്യാമറ വാങ്ങുക എന്നത് മോമിയെ സംബന്ധിച്ചിടത്തോളം ബുദ്ധിമുട്ടുള്ള കാര്യമാണ്.

"സാരമില്ല. ഡിജിറ്റൽ ക്യാമറയുള്ള ധാരാളം പേരുണ്ട്. അവരിൽ ആരെയെങ്കിലും വിളിക്കാൻ രഞ്ജൻ പ്രമോദിനോടു പറയാം."

മനസ്സുകൊണ്ട് ആ സിനിമ വിടാൻ മോമി തയ്യാറായി.

പക്ഷേ മോമിതന്നെ വർക്ക് ചെയ്യണമെന്ന് രഞ്ജൻ ആഗ്രഹിക്കുന്നുണ്ടെന്ന് എനിക്കറിയാം. സൗഹൃദങ്ങൾക്ക് വിലകല്പിക്കുന്ന നല്ല സുഹൃത്താണ് രഞ്ജൻ പ്രമോദ്.

"അത്യാവശ്യം സൗകര്യമുള്ള ഒരു ഡിജിറ്റൽ ക്യാമറയ്ക്ക് എന്ത് വില വരും മോമി" ഞാൻ ചോദിച്ചു.

അതൊക്കെ മോമി അന്വേഷിച്ചുവച്ചിരുന്നു. ഏറ്റവും ചുരുങ്ങിയ തോതിലുള്ള ഒന്നിന് ലെൻസ് അടക്കം അന്ന് അറുപത്തിരണ്ടായിരത്തി അഞ്ഞൂറ് രൂപ വേണം. അല്പദിവസത്തെ സാവകാശമുണ്ടെങ്കിൽ എങ്ങനെയെങ്കിലും മോമി അത് സംഘടിപ്പിക്കും. പക്ഷേ ട്രെയിൻ പുറപ്പെടാൻ മണിക്കൂറുകളേ ഉള്ളൂ.

മോമി അറിയാതെ ഞാൻ നിർമ്മാതാവ് ആന്റണി പെരുമ്പാവൂരിനെ വിളിച്ചു:

"അത്യാവശ്യമായി എനിക്ക് അറുപത്തിരണ്ടായിരത്തി അഞ്ഞൂറ് രൂപ വേണം. ഉച്ചയ്ക്കു മുമ്പ് കിട്ടണം."

പറഞ്ഞ സമയത്തിനുമുമ്പേ പണം എന്റെ കൈയിലെത്തി. ഒരു മാജിക് കാണിക്കുന്ന ലാഘവത്തോട് ഞാനത് മോമിക്കു മുന്നിൽ വെച്ചു.

"പോയി ക്യാമറ വാങ്ങിവരൂ."

ഒരാളിൽനിന്നും കടമായി ഒരു രൂപ പോലും വാങ്ങാത്ത ആളാണ് മോമി. ഇത്രയേറെ സ്വാതന്ത്ര്യമുണ്ടായിട്ടും മോമി മടിച്ചു. ഞാൻ നിർബന്ധപൂർവം പണം പോക്കറ്റിലിട്ടുകൊടുത്തിട്ടു പറഞ്ഞു.

"വൈകിക്കണ്ട, വേഗം പോയി വരൂ."

വളരെ പെട്ടെന്നുതന്നെ മോമി പുതിയ ഡിജിറ്റൽ ക്യാമറയുമായി വന്നു. പുതിയൊരു കളിപ്പാട്ടം കിട്ടിയ കുട്ടിയുടെ കൗതുകമുണ്ടായിരുന്നു കണ്ണിൽ.

"ആദ്യംതന്നെ ഇതിൽ സത്യന്റെ ഫോട്ടോ എടുക്കട്ടെ."

ഉദ്ഘാടനചിത്രത്തിന് ഞാൻ നിന്നുകൊടുത്തു. ക്യാമറയുടെ സ്ക്രീനിൽ അത് അപ്പോൾതന്നെ എന്നെ കാണിക്കുകയും ചെയ്തു.

വൈകുന്നേരത്തെ ട്രെയിനിൽ ഷൂട്ടിങ്ങിനായി മോമി കോഴിക്കോട്ടേക്കു പോയി. അന്നത്തെ ജോലികൾ തീർത്ത് രാത്രി മുറിയിലെത്തിയപ്പോൾ ഞാൻ ടി.വി. ഓൺ ചെയ്തു. ഏഷ്യാനെറ്റ് അവാർഡുകൾ പ്രഖ്യാപിക്കുന്നു.

മികച്ച ചിത്രം "അച്ചുവിന്റെ അമ്മ".

അവാർഡ് തുക: ഒരു ലക്ഷത്തി ഇരുപത്തിഅയ്യായിരം രൂപ. അതിൽ പകുതി നിർമ്മാതാവായ പി.വി. ഗംഗാധരനും പകുതി സംവിധായകനായ എനിക്കും.

എന്റെ പങ്ക് കൃത്യം അറുപത്തിരണ്ടായിരത്തി അഞ്ഞൂറ് രൂപ! മോമിയുടെ ഡിജിറ്റൽ ക്യാമറയുടെ വില. പെട്ടെന്നെന്റെ കണ്ണുനിറഞ്ഞുപോയി. 'പൊന്മുട്ടയിടുന്ന താറാവി'ൽ ശ്രീനിവാസൻ പറയുന്നതുപോലെ, 'ഒരു പണത്തൂക്കം അങ്ങോട്ടുമില്ല, ഇങ്ങോട്ടുമില്ല'.

ഈശ്വരൻ എല്ലാം കാണുന്നു എന്നു പറയുന്നത് നമ്മളെങ്ങനെ വിശ്വസിക്കാതിരിക്കും?

മറ്റൊരനുഭവം, അടുത്തകാലത്തുണ്ടായതാണ്. 'എന്നും എപ്പോഴും' എന്ന സിനിമ റിലീസായി ഞാൻ വീട്ടിൽ വന്ന സമയം.

ഒരു ഉച്ചനേരത്ത് നിമ്മി വന്നു പറഞ്ഞു "പുറത്തൊരു സ്ത്രീയും മകളും വന്നുനിൽക്കുന്നു. പണ്ട് അന്തിക്കാട്ട് താമസിച്ചിരുന്നവരാണത്രെ. ആ കുട്ടിക്ക് ഏതോ കോഴ്സിന് ചേരണം. അയ്യായിരം രൂപയുടെ കുറവുണ്ട്. അതു കൊടുത്ത് സഹായിക്കണം എന്നാണ് പറയുന്നത്."

തട്ടിപ്പാണോ? ഞാനൊന്നു സംശയിച്ചു. പലപ്പോഴും പല കാരണങ്ങളും പറഞ്ഞ് പലരും വരാറുണ്ട്. ചികിത്സ, കല്യാണം, മക്കളുടെ പഠിപ്പ് ഇതൊക്കെ പറഞ്ഞുവന്നിട്ട് കിട്ടുന്നതും വാങ്ങി പോകും. പിന്നെ കാണുന്നത് കാഞ്ഞാണിയിലെ 'സിംല' ബാറിന്റെ പുറത്താണ്. വി.എം. സുധീരൻ കാരണം ബാറിന്റെ പുറത്തെ കാഴ്ചകൾ ഇപ്പോൾ കുറഞ്ഞു. ബീവറേജിന്റെ മുന്നിലെ ക്യൂവിന് നീളം കൂടുകയും ചെയ്തു.

'കണ്ടിട്ട് കള്ളം പറയുന്നതാണെന്ന് തോന്നുന്നില്ല." നിമ്മി പറഞ്ഞു.

"ഒന്നുമില്ലെങ്കിലും ഒരു കുട്ടിയുടെ വിദ്യാഭ്യാസത്തിന്റെ കാര്യമല്ലേ?"

ഒരു സംവിധായകന്റെ കണ്ണിലൂടെ ഞാനും ഒന്നു നിരീക്ഷിച്ചു. ഇല്ല. കൃത്രിമമായ അഭിനയമില്ല. പിന്നെ കൂടുതലൊന്നും ചോദിക്കാതെതന്നെ പണം കൊടുത്തു.

അവർ സന്തോഷത്തോടെ പടിയിറങ്ങിപ്പോയതേയുള്ളൂ, പോസ്റ്റുമാന്റെ വരവ്. കത്തുകളും ആനുകാലിക പ്രസിദ്ധീകരണങ്ങളും കൂട്ടത്തിൽ ഒരു രജിസ്റ്റേഡ് കവറും. കവറിനുള്ളിൽ ആകാശവാണിയുടെ ഒരു ചെക്കായിരുന്നു. കുറെ നാളുകൾക്കുമുമ്പ് തൃശൂർ ആകാശവാണിക്ക് ഞാനൊരു അഭിമുഖം കൊടുത്തിരുന്നു. അതിന്റെ പ്രതിഫലമാണ്. കൃത്യം അയ്യായിരം രൂപ! ഇത് രണ്ടും കേട്ടപ്പോഴാണ് ഡോക്ടർ കൃഷ്ണകുമാർ പറഞ്ഞത്.

"ദൈവം കണിശക്കാരനായ മാർവാഡിയെപ്പോലെയാണ്. കൊടുക്കുന്നവർക്ക് കൊടുക്കുന്ന അളവിൽ മാത്രമേ തിരിച്ചുതരൂ. അപ്പോൾ നമ്മൾ ചെയ്യേണ്ടത് കൂടുതൽ നൽകുക എന്നതാണ്."

സത്യം.

കൂടുതൽ നന്മ ചെയ്യുക. നമ്മുടെ കണ്ണുകൾക്ക് അപ്രാപ്യമായ ആരോ അതൊക്കെ കാണുന്നുണ്ട്. അറിയുന്നുണ്ട്.

ലോഹിതദാസ് എപ്പോഴും പറയാറുള്ള ചില വാക്കുകൾ ഓർമ്മവരുന്നു. 'കമലദളം' എന്ന സിനിമയിൽ അദ്ദേഹം എഴുതിയിട്ടുമുണ്ട്.

"മനസ്സ് ക്ലാവ് പിടിക്കാതെ നോക്കണം. എപ്പോഴും തേച്ചുമിനുക്കി വൃത്തിയാക്കി വെക്കണം. ഒരു തരി മാലിന്യം പോലുമില്ലാതെ വെട്ടിത്തിളങ്ങണം. കാരണം, വൃത്തിയുള്ള പാത്രത്തിലേ ഈശ്വരൻ ഭിക്ഷ തരൂ."

സിനിമാസമരകാലത്തെ രണ്ട് കുറിപ്പുകൾ

സിനിമയുടെ സുവിശേഷങ്ങൾ

അങ്ങനെ പുതിയ മലയാള സിനിമകളില്ലാതെ ഒരു ക്രിസ്മസ് കാലം കടന്നുപോയി. മോഹൻലാലിന്റെയും ദുൽഖർ സൽമാന്റെയും പൃഥ്വിരാജിന്റെയും ജയസൂര്യയുടെയുമൊക്കെ സിനിമകൾ മാറി മാറി കാണാം എന്നാഗ്രഹിച്ച പ്രേക്ഷകരെ തിയേറ്റർ വളപ്പിൽനിന്ന് അകറ്റിനിർത്തി തിയേറ്ററുകാരുടെ സംഘടന ശക്തി തെളിയിച്ചു. സർക്കാരും സിനിമാ പ്രവർത്തകരും പ്രേക്ഷകരും നിസ്സഹായരായി കണ്ടുനിന്നു. ചാനലുകളിലെ തർക്കങ്ങളും വെല്ലുവിളികളും മാത്രം ബാക്കി. അതാകട്ടെ സ്വന്തം മുഖവും ശബ്ദവും ടി.വിയിലൂടെ പ്രദർശിപ്പിക്കുന്നതിൽ ആനന്ദമനുഭവിക്കുന്ന സംഘടനാ നേതാക്കൾക്ക് നിർവൃതി പകർന്നിട്ടുമുണ്ടാകും. തോറ്റത് മലയാള സിനിമയാണ്.

ഓരോ സംഘടനയ്ക്കും അവരവരുടെ ന്യായങ്ങളുണ്ടാകും. അതു മുഴുവൻ കച്ചവടക്കാരനല്ലാത്ത ഒരു സംവിധായകന് മനസ്സിലാകണമെന്നില്ല. പക്ഷേ മനസ്സിലാകുന്ന ഒന്നുണ്ട്. പിടിച്ചുനിർത്തി വിഹിതം വാങ്ങുന്നതിന് ഒരു അവധിക്കാലംതന്നെ എന്തിനു തിരഞ്ഞെടുത്തു എന്നത്! അതിലൊരു സമ്മർദ്ദതന്ത്രമുണ്ട്. അതിന്റെ ഉദ്ദേശ്യശുദ്ധി തീർച്ചയായും സംശയിക്കപ്പെടേണ്ടതാണ്.

സിനിമ ഒരു കച്ചവടവസ്തു മാത്രമല്ല, ഒരുകൂട്ടം കലാകാരന്മാരുടെ ഒരുപാടുകാലത്തെ പരിശ്രമത്തിന്റെ ഫലമാണ് ഓരോ സിനിമയും. അതിന്റെ പിന്നിൽ ഭാവനാസമ്പന്നരായ എഴുത്തുകാരുണ്ട്. ഛായാഗ്രാഹകരുണ്ട്. കവികളും സംഗീതജ്ഞരുമുണ്ട്. പ്രതിഭയുള്ള അഭിനേതാക്കളുണ്ട്. അവരൊക്കെ മനസ്സുരുകി രൂപപ്പെടുത്തുന്ന ഒരു കലാസൃഷ്ടി ചന്തയിലെ വില്പനച്ചരക്കുപോലെ വിലപേശി നശിപ്പിക്കുന്നതു കാണുമ്പോൾ സങ്കടമല്ല, സഹതാപമാണ് തോന്നുന്നത്.

ഡിസംബർ 16-ന് പ്രദർശനത്തിനു തയ്യാറായ 'ജോമോന്റെ സുവിശേഷങ്ങളാ'ണ് ഈ നിരയിലെ ആദ്യത്തെ ഇര. സിനിമയുടെ നിർമ്മാണം തുടങ്ങുമ്പോൾ റിലീസ് ചെയ്യുന്ന ദിവസങ്ങളിലെ ആദ്യവരുമാനത്തിന്റെ

നേർപകുതി വേണമെന്ന ആവശ്യം തിയേറ്റർ ഉടമകൾ ഉന്നയിച്ചില്ല. ഉണ്ടായിരുന്നെങ്കിൽ ഈ വ്യവസ്ഥ പാലിച്ചുകൊണ്ട് സിനിമ നിർമ്മിക്കണോയെന്ന് നിർമ്മാതാവിന് ആലോചിക്കാമായിരുന്നു. ഡിസംബർ 15 വരെയുണ്ടായിരുന്ന നിലപാടിൽനിന്ന് പെട്ടെന്നൊരു മാറ്റമുണ്ടാകാൻ തക്ക കാരണങ്ങൾ ഞങ്ങളുടെ കൺമുന്നിൽ ഇല്ലായിരുന്നു. മാത്രമല്ല, കഴിഞ്ഞ ഏഴോ എട്ടോ കൊല്ലങ്ങൾക്കിടയിൽ സിനിമാവ്യവസായം ലാഭത്തിലേക്കു നീങ്ങിയ വർഷമായിരുന്നു 2016. തിയേറ്ററുകൾ കല്യാണമണ്ഡപങ്ങളാകുന്നു എന്ന ആരോപണത്തിന് മാറ്റം വന്നു. കല്യാണമണ്ഡപങ്ങൾ തിയേറ്ററുകളാകുന്നതും നമ്മൾ കണ്ടു. ടി.വിയുടെ മുന്നിൽ നിന്ന് പ്രേക്ഷകർ കൂട്ടത്തോടെ തിയേറ്ററുകളിലേക്ക് എത്തിത്തുടങ്ങി. വ്യാജ സി.ഡി. പോലും ആളുകൾ കാണാതായി. അല്പമെങ്കിലും ആസ്വദിക്കാവുന്ന സിനിമകളൊന്നും പ്രേക്ഷകർ കൈവിട്ടില്ല. 'പുലിമുരുകൻ' മാത്രമല്ല, പുതുമുഖങ്ങളുടെ 'ആനന്ദം' പോലും സൂപ്പർ ഹിറ്റായി.

എൺപതുകൾക്കുശേഷം വീണ്ടുമൊരു സുവർണകാലം എന്ന നിലയിൽ നിറഞ്ഞുനിൽക്കുമ്പോഴാണ് എല്ലാ ഉത്സാഹവും തല്ലിക്കെടുത്തിക്കൊണ്ട് കരിനിഴൽപോലെ ഒരു സമരം വന്നുവീഴുന്നത്. ഇതൊരു നേതൃത്വത്തിന്റെ പിടിപ്പുകേട് മാത്രമായിരുന്നോയെന്ന് ഇനിയെങ്കിലും പരിശോധിക്കേണ്ടതുണ്ട്. ആവേശപൂർവമെടുക്കുന്ന തീരുമാനങ്ങളിൽ നേതൃത്വത്തിലിരിക്കുന്നവർക്ക് ചിലപ്പോൾ തെറ്റുപറ്റിയേക്കാം. അതു തെറ്റാണെന്ന് ബോധ്യപ്പെട്ടാൽ, അല്പം വൈകിയാണെങ്കിൽപോലും തിരുത്താനുള്ള ബാധ്യത സംഘടനയിലെ മറ്റ് അംഗങ്ങൾക്കുണ്ട്. അതിന് മടിച്ചുനിൽക്കരുത്.

നാലു സിനിമകളുടെ നിർമ്മാതാക്കളാണ് ഈ തീരുമാനത്തിൽപ്പെട്ട് ഞെരുങ്ങിപ്പോയത്. അവരാരും കുത്തക മുതലാളിമാരല്ല. 'ജോമോന്റെ സുവിശേഷങ്ങൾ' നിർമ്മിച്ചത് സേതു മണ്ണാർക്കാട് എന്ന പ്രൊഡക്ഷൻ കൺട്രോളറാണ്. വർഷങ്ങളോളം സിനിമയിൽ ജോലി ചെയ്ത പരിചയം മാത്രമാണ് സേതുവിന്റെ കൈമുതൽ. ഒരുപാടുപേരുടെ സ്നേഹവും സഹകരണവുമാണ് സേതുവിനെ നിർമ്മാതാവാക്കിയത്. നല്ല സിനിമയുടെ ഭാഗത്തുനിൽക്കണം എന്നാഗ്രഹിച്ച് മുന്നോട്ടുവന്ന ഒരു നിർമ്മാതാവിന്റെ ആദ്യചിത്രത്തെ പ്രോത്സാഹിപ്പിക്കുകയല്ലേ നമ്മൾ ചെയ്യേണ്ടിയിരുന്നത്! മോഹൻലാലിന്റെ 'മുന്തിരിവള്ളികൾ തളിർത്തപ്പോൾ' നിർമ്മിച്ചിരിക്കുന്നത് സോഫിയാ പോൾ എന്ന താരതമ്യേന പുതിയ നിർമ്മാതാവാണ്. സിനിമയെ സ്നേഹിക്കുന്ന വനിതകളുടെ പ്രതിനിധിയാണ് സോഫിയാ പോൾ. 'ഫുക്രി'ക്കുവേണ്ടി പണം മുടക്കിയതാകട്ടെ സംവിധായകൻ സിദ്ദിഖും രണ്ടു സുഹൃത്തുക്കളും ചേർന്നാണ്. ഇവരാരും പ്രദർശനശാലക്കാരുടെ ശത്രുക്കളല്ല.

പുതിയ മന്ത്രിസഭ വന്നിട്ട് മാസങ്ങളേ ആയിട്ടുള്ളൂ. സാമ്പത്തിക മാന്ദ്യം നിറഞ്ഞുനിൽക്കുന്ന ഇക്കാലത്ത് ജനങ്ങളെ കരുതലോടെ സംരക്ഷിക്കാൻ മുഖ്യമന്ത്രിയും ധനമന്ത്രിയുമൊക്കെ പെടാപ്പാടുപെടുന്നത് നമ്മൾ കാണുന്നുണ്ട്. നമ്മുടെ തദ്ദേശ സ്വയംഭരണ സ്ഥാപനങ്ങൾക്ക് കിട്ടുന്ന ഏറ്റവും വലിയ വരുമാനമാണ് സിനിമാ തിയേറ്ററുകളിൽനിന്ന്

ലഭിക്കുന്ന നികുതി. ഈ ഉത്സവകാലത്ത് കോടികളാണ് ഈ ഇനത്തിൽ സർക്കാരിന് നഷ്ടമാകുന്നത്. അതുംകൂടി മുന്നിൽക്കണ്ടാവാം സിനിമകളുടെ നന്മയ്ക്കുവേണ്ടി പ്രവർത്തിക്കുന്ന വകുപ്പുമന്ത്രി എ.കെ.ബാലൻ മാന്യമായ ഒരു ഒത്തുതീർപ്പു ഫോർമുല മുന്നോട്ടുവെച്ചത്. "നിലവിലുള്ള രീതിയിൽ സിനിമകൾ പ്രദർശിപ്പിക്കുക, ക്രിസ്മസ് അവധിക്കാലം നഷ്ടപ്പെടുത്താതിരിക്കുക, തർക്കങ്ങൾ ഒരു കമ്മിറ്റിയെവെച്ചോ കമ്മീഷനെ വെച്ചോ ചർച്ച ചെയ്ത് എത്രയുംവേഗം പരിഹരിക്കാം."

മുഖ്യമന്ത്രിയുടെ നിർദ്ദേശമായിരുന്നു അതെന്നാണ് ഞാൻ മനസ്സിലാക്കിയിട്ടുള്ളത്. ചലച്ചിത്ര അക്കാദമി ചെയർമാനും ഫിലിം ഡെവലപ്മെന്റ് കോർപ്പറേഷൻ ചെയർമാനും മറ്റെല്ലാ സംഘടനകളും അത് അംഗീകരിച്ചപ്പോൾ തിയേറ്ററുകാരുടെ സംഘടന മാത്രം എതിരു നിന്നത് എന്തിനാണ്?

ജുഡീഷ്യൽ സ്വഭാവമുള്ള ഒരു കമ്മീഷനെ എന്തിനാണവർ പേടിക്കുന്നത്? അറിവില്ലായ്മകൊണ്ട് ചോദിച്ചു പോകുന്നതാണ് ക്ഷമിക്കുക.

മൾട്ടി ഫ്ളക്സുകളെ കുറ്റം പറയുന്നതിനുപകരം നമ്മുടെ തിയേറ്ററുകളുടെ നിലവാരമുയർത്താൻ ശ്രമിക്കുക. നവീകരിച്ച എല്ലാ തിയേറ്ററുകളും ലാഭത്തിലാണെന്ന് കണക്കുകൾ സാക്ഷ്യപ്പെടുത്തുന്നു. ഇനിയെങ്കിലും അത് മുഖവിലയ്ക്കെടുക്കുക. ഇന്നല്ലെങ്കിൽ നാളെ തർക്കങ്ങളൊക്കെ തീരും. ഒരു അവധിക്കാലം ആഘോഷിക്കാൻ പറ്റാതെ പോയതിന്റെ വിഷമം പ്രേക്ഷകരും മറക്കും. നഷ്ടങ്ങൾ മാത്രം ബാക്കിയാകും.

സർക്കാരിന്റെ മുന്നിൽ ഒരു അപേക്ഷ സമർപ്പിക്കട്ടെ.

ഓണം, വിഷു, ക്രിസ്മസ് - ഇതൊക്കെയാണ് കേരളത്തിലെ ഉത്സവകാലം എന്നു പറയുന്നത്. ഏതു കാരണത്തിന്റെ പേരിലായാലും ഈ അവധിക്കാലത്ത് സിനിമാ സമരങ്ങൾ പാടില്ലെന്ന് ഒരു ഉത്തരവിറക്കണം. കേരളത്തിലെ കുടുംബങ്ങളുടെ ചെറിയ ആഘോഷമാണ് സിനിമ. അത് ആസ്വദിക്കാനുള്ള സ്വാതന്ത്ര്യം നിഷേധിക്കപ്പെടരുത്.

കച്ചവടത്തിലെ വില്ലൻ വേഷങ്ങൾ

മുൻപെങ്ങും കണ്ടിട്ടില്ലാത്ത ഒരു സമരത്തിനു മുന്നിൽ പകച്ചു നിൽക്കുകയാണ് മലയാള സിനിമ. വേതന വർദ്ധനവിനും ജോലിസമയ ഏകീകരണത്തിനുമൊക്കെയായി ഇവിടെ സമരങ്ങൾ ഉണ്ടായിട്ടുണ്ട്. അതൊക്കെ തൊഴിലാളി സമരങ്ങളായിരുന്നു. ചരിത്രത്തിൽ ആദ്യമായാണ് ഒരു 'മുതലാളിസമരം' - അതും സിനിമയുടെ ഏറ്റവും നല്ല കൊയ്ത്ത് കാലം എന്നു പറയപ്പെടുന്ന ക്രിസ്മസ് അവധിക്കാലത്ത്.

ഇരിക്കുന്ന കൊമ്പ് മുറിക്കുന്ന ഏർപ്പാടായിപ്പോയി അതെന്ന് സമരക്കാരിൽ ചിലർക്കെങ്കിലും തോന്നിയിട്ടുണ്ട്. കാരണം സംഘടനാ നേതാവിന്റെ അമ്പിൽ മുറിവേറ്റത് നാലു നിർമ്മാതാക്കൾക്കാണെങ്കിൽ, തകർന്നുപോയത് മുന്നൂറിൽപരം തിയേറ്റർ ഉടമകളാണ്. ഉത്സവകാലത്ത് ഒരു ഈച്ചപോലും കയറാതെ തിയേറ്ററുകൾ വിജനമായി കിടന്നു.

ഒരിക്കലും തിരിച്ചുകിട്ടാത്ത നഷ്ടമാണ് ഉണ്ടായതെന്ന് ഇപ്പോൾ അവർ തിരിച്ചറിഞ്ഞിട്ടുണ്ടാകണം.

എന്റെ സംശയം അതൊന്നുമല്ല. ചന്തയിൽ വെട്ടിമുറിച്ച് വില പേശി വിൽക്കാവുന്ന ഒരു ഉത്പന്നമാണോ സിനിമ? അതൊരു ഫാക്ടറിയിൽ യന്ത്രങ്ങളാൽ നിർമ്മിക്കപ്പെടുന്ന വസ്തുവല്ലല്ലോ. ഒരുകൂട്ടം കലാകാരന്മാരുടെ വളരെക്കാലത്തെ പ്രയത്നത്തിന്റെ ഫലമാണ് ഓരോ സിനിമയും. അതിനൊരു വിലയും കല്പിക്കാതെയല്ലേ ഈ വെല്ലുവിളികളൊക്കെ നടത്തുന്നത്?

'ജോമോന്റെ സുവിശേഷങ്ങളു'ടെ ആശയം ഇക്ബാൽ കുറ്റിപ്പുറം എന്നോട് പറയുന്നത് ഒരു വർഷം മുമ്പാണ്. അതൊരു കഥയായും തിരക്കഥയായും വികസിപ്പിക്കാൻ പിന്നെയും മാസങ്ങളെടുത്തു. റഫീക്ക് അഹമ്മദ് എന്ന കവി ഗാനങ്ങളെഴുതി. വിദ്യാസാഗർ സംഗീതം പകർന്നു. എസ്. കുമാർ നിഴലും വെളിച്ചവും ക്രമീകരിച്ച് അത് ക്യാമറയിലാക്കി. കലാസംവിധായകൻ, അഭിനേതാക്കൾ, വസ്ത്രങ്ങൾ ഡിസൈൻ ചെയ്തവർ, പാടിയവർ - അങ്ങനെ എത്രയോ പേർ ഈ സിനിമയ്ക്കുവേണ്ടി മനസ്സുരുകി പ്രവർത്തിച്ചു! ഒടുവിൽ ഞങ്ങളുടെ സ്വപ്നസായൂജ്യമായി അത് പ്രേക്ഷകർക്കു മുമ്പിൽ അവതരിപ്പിക്കുന്നതിന്റെ തൊട്ടുമുമ്പ് ഒരു സംഘടന പറയുന്നു - "ഇല്ല; ഞങ്ങളിത് പ്രേക്ഷകരെ കാണിക്കില്ല."

കാര്യമെന്തായാലും അതിലൊരു മനുഷ്യത്വമില്ലായ്മയുണ്ട്. മര്യാദകേടുണ്ട്. അതിലേറെ മര്യാദകേടായിരുന്നു "ഞങ്ങൾക്ക് മലയാള സിനിമ വേണ്ട, അന്യഭാഷാ ചിത്രങ്ങൾ പ്രദർശിപ്പിച്ചോളാം" എന്ന പ്രഖ്യാപനം.

തിരക്കഥാകൃത്ത് ഇക്ബാൽ കുറ്റിപ്പുറത്തിനുമൊപ്പം

അടൂർ ഗോപാലകൃഷ്ണൻ പറഞ്ഞതുപോലെ തികഞ്ഞ അഹങ്കാരമായിരുന്നു അത്.

എൻ.എസ്. മാധവൻ സോഷ്യൽ മീഡിയയിലെഴുതിയ വാക്കുകൾ തന്നെയാണ് അതിനുള്ള മറുപടി. “മലയാള വാരികകൾ ഹിന്ദി, തമിഴ് കഥകൾ മാത്രമേ പ്രസിദ്ധീകരിക്കൂ എന്ന് പറയുംപോലെ അർത്ഥശൂന്യമാണത്.” മലയാളികൾക്ക് പെട്ടെന്ന് മനസ്സിലാകുന്ന ഉദാഹരണമായിരുന്നു എൻ.എസ്. മാധവന്റേത്.

തമിഴ്നാട്ടിലോ കർണാടകത്തിലോ ഏതെങ്കിലും തിയേറ്റർ ഉടമകൾ ‘ഞങ്ങളിനി പ്രാദേശിക സിനിമകൾ പ്രദർശിപ്പിക്കില്ല’ എന്നു പറയാൻ ധൈര്യപ്പെടുമോ? വിവേകശാലികളാണ് നമ്മൾ. പക്ഷേ അതൊരു ദൗർബല്യമായി കാണരുത്.

‘മുന്തിരിവള്ളികൾ തളിർത്തപ്പോൾ’ എന്ന സിനിമയുടെ നിർമ്മാതാവ് സോഫിയാ പോൾ വിളിച്ചു പറഞ്ഞു: “ഇത്ര അപകടമാണ് സ്ഥിതി എന്നറിഞ്ഞിരുന്നില്ല. അറിഞ്ഞിരുന്നെങ്കിൽ ഈ രംഗത്തേക്ക് വരുമായിരുന്നില്ല.” അവർ മലയാള സിനിമയെ സ്നേഹിക്കുന്ന സ്ത്രീസമൂഹത്തിന്റെ പ്രതിനിധിയാണ്. ആ ചിത്രത്തിന്റെ സംവിധായകൻ, ജിബു ജേക്കബും പുതിയ ആളാണ്. വെള്ളിമൂങ്ങയ്ക്കുശേഷം ഒരുപാട് മോഹങ്ങളോടെയാണ് ഒരു മോഹൻലാൽ ചിത്രം ഒരുക്കിയത്. അവരുടെയൊക്കെ പ്രതീക്ഷകൾക്കും സ്വപ്നങ്ങൾക്കുമാണ് ഈ സമരം മങ്ങലേല്പിച്ചത്.

സേതു മണ്ണാർക്കാട് എന്ന പ്രൊഡക്ഷൻ കൺട്രോളറാണ് ജോമോൻ നിർമ്മിച്ചത്. നിർമ്മാണരംഗത്തേക്കുള്ള സേതുവിന്റെ ആദ്യത്തെ കാൽവെപ്പ്. കിട്ടുന്ന വരുമാനത്തിന്റെ നേർപ്പകുതി ഞങ്ങൾക്ക് എന്ന് അവസാന നിമിഷത്തിൽ ഒരു വിഭാഗം ആവശ്യപ്പെടുമ്പോൾ അതിനൊരു ഗുണ്ടാപ്പിരിവിന്റെ ലക്ഷണമില്ലേ എന്ന് സംശയിച്ചാൽ തെറ്റുപറയാൻ പറ്റുമോ? ഇനിയൊരു സിനിമയെടുക്കാൻ പുതിയ നിർമ്മാതാക്കൾക്ക് എങ്ങനെയാണ് ധൈര്യം വരിക?

അധികമാരും ഓർക്കാതെപോകുന്ന ഒരു സത്യമുണ്ട്. സിനിമ ഒരു ശീലമാണ്. വായുവും വെള്ളവുംപോലെ മനുഷ്യന് ഒഴിച്ചുകൂടാനാവാത്ത ഒന്നല്ല സിനിമ. കുറെക്കാലം തിയേറ്ററുകളിൽ പോകാതിരുന്ന ഒരാൾക്ക് പതുക്കെ പതുക്കെ ആ ശീലം ഇല്ലാതാകും. ഇത്തരം സമരങ്ങൾ പ്രേക്ഷകരെ താത്പര്യമില്ലായ്മയിലേക്കാണ് നയിക്കുക.

എൺപതുകൾക്കുശേഷം സിനിമയ്ക്ക് പുതിയൊരു ഉണർവുണ്ടായ കാലമാണ് 2016. അല്പമെങ്കിലും ഗുണമുണ്ടെന്നു തോന്നിയ എല്ലാ സിനിമകളും പ്രേക്ഷകർ വിജയിപ്പിച്ചു. സിനിമയോടുള്ള അവരുടെ അഭിനിവേശത്തിനു മുന്നിൽ വാതിൽ കൊട്ടിയടയ്ക്കരുത്.

മലയാളത്തിൽ സിനിമ എന്ന കലാരൂപം ഉണ്ടായിട്ട് നൂറുവർഷം തികഞ്ഞിട്ടില്ല. ഈ രംഗത്ത് അദ്ഭുതങ്ങൾ കാഴ്ചവെക്കാൻ കഴിവുള്ള ഒരു യുവതലമുറ പിന്നിൽ വളർന്നുവരുന്നുണ്ട്. കച്ചവടത്തിന്റെ വാളോങ്ങി അവരെ വിരട്ടരുത്. കാരണം അതിനെ അതിജീവിക്കാനുള്ള സാങ്കേതിക ആയുധങ്ങളുമായാണ് അവർ വരുന്നത്. ആ ഓർമ്മയുണ്ടാകുന്നത് നല്ലതാണ്.

വയലാർ ശരത്ചന്ദ്രവർമ്മയ്ക്കൊപ്പം

വായന (വഴി) സിനിമ

അന്തിക്കാട് ഹൈസ്കൂളിൽ എട്ടാംക്ലാസിൽ പഠിക്കുമ്പോൾ ഞങ്ങൾക്ക് 'പ്രതിഭ' എന്നൊരു കൈയെഴുത്തുമാസികയുണ്ടായിരുന്നു. പത്താം ക്ലാസിലെ ഏതോ ഒരു ചേട്ടനാണ് പത്രാധിപർ. പക്ഷേ സാഹിത്യസൃഷ്ടികൾ നോക്കി പ്രസിദ്ധീകരണയോഗ്യമായവ തിരഞ്ഞെടുക്കാൻ ഒരു അധ്യാപകനുണ്ടായിരുന്നു. ജെ.ഡി. മാഷ്. മാസ്റ്ററുടെ വിഷയം സാഹിത്യമൊന്നുമല്ല. കണക്കും ഇംഗ്ലീഷുമാണ് പഠിപ്പിച്ചിരുന്നത്. എങ്കിലും 'പ്രതിഭ'യെ സംബന്ധിച്ച് അദ്ദേഹത്തിന്റേതാണ് അവസാന വാക്ക്.

ഞങ്ങളുടെ ക്ലാസിൽനിന്ന് രണ്ട് എഴുത്തുകാരേ ഉണ്ടായിരുന്നുള്ളൂ. ഒരു സദാനന്ദനും ഞാനും. സദാനന്ദൻ എഴുതിയത് യാത്രാവിവരണമാണ്. ഇന്നത്തെപ്പോലെ വെക്കേഷൻ ടൂറൊന്നുമില്ലാത്ത കാലമാണ്. ഇവനെന്ത് യാത്രാവിവരണമെഴുതാൻ എന്ന് ഞാനദ്ഭുതപ്പെട്ടു.

എഴുതിയതുകണ്ടപ്പോൾ ചിരിവന്നു. 'സാഗരനേരെ ഒരു സഞ്ചാരം' എന്നാണ് ലേഖനത്തിന്റെ പേര്. അന്തിക്കാടുനിന്ന് രണ്ടോ മൂന്നോ കിലോമീറ്റർ മാത്രം ദൂരെയുള്ള കടല് കാണാൻ പോയതിന്റെ വിവരണമാണ്. അന്നൊക്കെ ഒഴിവുദിവസങ്ങളിൽ സൈക്കിളുമെടുത്ത് കടലുകാണാൻ പോകുന്നത് ഞങ്ങളുടെ ഒരു വിനോദമായിരുന്നു. കടപ്പുറത്ത് വെറുതെ ഓടിക്കളിച്ച് നിലക്കടലയും കൊറിച്ച് വിശന്ന് വലഞ്ഞ് തിരിച്ചുവരും. അത്രതന്നെ. പക്ഷേ സരസമായി അവൻ അത് എഴുതി എന്നാണ് ഓർമ. എന്റെ വക ഒരു കഥയായിരുന്നു. കുട്ടിക്കഥകളും കുട്ടിക്കവിതകളുമൊക്കെ കടന്ന് ബഷീറും പൊറ്റെക്കാടും എം.ടിയുമൊക്കെ എന്റെ വായനാലോകത്തിലേക്ക് വന്നുതുടങ്ങിയ കാലം. വായിച്ച കഥകളുടെ അരികുപറ്റി ഒരു പ്രണയകഥ തന്നെ ഞാനെഴുതി. രണ്ടുപേജിൽ ഒതുങ്ങുന്നതാകണം ഓരോരുത്തരുടെയും സൃഷ്ടികൾ എന്ന് നിബന്ധനയുണ്ടായിരുന്നു. കൃത്യം രണ്ടുപേജാണ് ഞാൻ കൊടുത്തത്. പക്ഷേ പ്രസിദ്ധീകരിച്ചു വന്നപ്പോൾ അരപ്പേജുപോലുമില്ല. എനിക്കാകെ സങ്കടമായി.

ജെ.ഡി. മാഷ് വെട്ടിത്തിരുത്തിതന്നപ്പോൾ അത്രയേ ഉണ്ടായിരുന്നുള്ളൂ എന്നു പറഞ്ഞു പത്താംക്ലാസുകാരൻ. ഞാൻ സ്റ്റാഫ്റൂമിൽ ചെന്ന് മാഷെ

കണ്ടു. "നീ ആവശ്യമില്ലാതെ നീട്ടിവലിച്ചെഴുതിയതല്ലേ ഞാൻ വെട്ടിക്കളഞ്ഞത്. കഥ അത്ര തന്നെയല്ലേ ഉള്ളൂ? നോക്ക്."

മേശവലിപ്പിൽനിന്ന് ഞാൻ എഴുതിയ കടലാസുകൾ മാഷ് മുന്നിലേക്കിട്ടുതന്നു. അതിൽ ഒരു ഭാഗത്ത് 'അവൻ അവളുടെ കണ്ണുകളിലേക്ക് നോക്കി. ചിത്രശലഭംപോലെ പിടയുന്ന കണ്ണുകൾ. അതിൽ നാണം തുളുമ്പിനിൽക്കുന്നു. ചുണ്ടുകൾക്കു മുകളിലെ വിയർപ്പുമണികൾ പൊൻവെയിലേറ്റ് വൈഡൂര്യംപോലെ തിളങ്ങുന്നു. അറ്റം കെട്ടിയ ഇടതൂർന്ന മുടിയിൽ നന്ത്യാർവട്ടത്തിന്റെ പൂവും തുളസിയിലയും..." അങ്ങനെ ഒരു കാമുകന്റെ മനസ്സിലെ ഇളക്കം വിശദമായി വർണിച്ചിരുന്ന ഭാഗം മുഴുവൻ ചുവന്ന മഷികൊണ്ട് വെട്ടിമാഷ് എഴുതിച്ചേർത്തത് ഇങ്ങനെയാണ്: "അവൻ അവളെ അംഗപ്രത്യംഗം നോക്കി."

"എന്താ മാഷേ ഇത്?" എന്ന് ഞാൻ അമ്പരപ്പോടെ ചോദിച്ചു.

"എടോ കണ്ണ് നോക്കി ചുണ്ടുനോക്കി മൂക്ക് നോക്കി എന്നൊന്നും എഴുതേണ്ട കാര്യമില്ലല്ലോ. അവൻ അവളെ അംഗപ്രത്യംഗം നോക്കി എന്നാകുമ്പോൾ എല്ലാമായില്ലേ?"

എനിക്ക് ഉത്തരമില്ലായിരുന്നു. സ്റ്റാഫ്റൂമിൽ നിന്ന് തിരിച്ചുപോരുംമുമ്പ് മാസ്റ്റർ സ്നേഹപൂർവം ഉപദേശിച്ചു: "ആവശ്യമില്ലാത്ത കുറെ പുസ്തകങ്ങൾ നീ വായിച്ചുകൂട്ടുന്നുണ്ട്. അതിന്റെ തകരാറാണിത്. എടോ സാഹിത്യകാരന്മാർ വേണ്ടാത്തതൊക്കെ പരത്തി എഴുതിവെക്കും. വായിച്ച് അതിന്റെ ആകെത്തുകമാത്രമല്ലേ നമ്മൾ ഓർത്തുവെക്കാറുള്ളൂ? ഇപ്പൊ ചെമ്മീന്റെ കഥ എന്താ? ചെമ്പൻകുഞ്ഞിന്റെ മകൾ കറുത്തമ്മയ്ക്ക് പരീക്കുട്ടിയെ ഇഷ്ടം. പക്ഷേ അച്ഛൻ അവളെ പളനിക്ക് കല്യാണം കഴിച്ചുകൊടുത്തു. അവൻ കടലിൽ പോയപ്പോൾ പരീക്കുട്ടി അവളെ കാണാൻ വന്നു. ഭാര്യ പാതിവ്രത്യം തെറ്റിച്ചതോണ്ട് പളനി ചുഴിയിൽപ്പെട്ടു ചത്തു. തീർന്നില്ലേ? കഥ എത്രയും ചുരുക്കിപ്പറയണം. രണ്ടും രണ്ടും നാല്, അഞ്ചും അഞ്ചും പത്ത്; പതിറ്റഞ്ച് അമ്പത്- അങ്ങനെ പെട്ടെന്ന് മനസ്സിലാക്കാൻ പറ്റണം.

ഈ നിലയ്ക്ക് എഡിറ്റ് ചെയ്താൽ 'അവകാശി'കളും 'കയറു'മൊക്കെ നൂറോ നൂറ്റമ്പതോ പേജിൽ ഒതുക്കാമല്ലോ എന്ന് പിന്നീട് തോന്നിയിട്ടുണ്ട്.

ജെ.ഡി. മാഷോട് ഏറ്റുമുട്ടാൻ എന്തായാലും ഞാൻ ശ്രമിച്ചില്ല. കാരണം, കണക്കിലും ഇംഗ്ലീഷിലും ഞാനല്പം പിറകിലാണ്. അതു പഠിപ്പിക്കുന്ന ആളുടെ അപ്രീതി സമ്പാദിക്കണ്ടല്ലോ. ചൂരൽപ്രയോഗം മാത്രമല്ല ചെവി പിടിച്ച് തിരുമ്മലും ഒരുപാടു പ്രാവശ്യം ഇമ്പോസിഷൻ എഴുതിക്കലുമൊക്കെ മാഷുടെ സ്ഥിരം ശിക്ഷാരീതികളാണ്. പുറമേക്ക് അനുസരണം ഭാവിച്ചാലും ഞാനെന്റെ വായനാരീതികളുമായി മുന്നോട്ടുനീങ്ങി.

പുസ്തകങ്ങളോടുള്ള സ്നേഹം വളരെ മുമ്പേ തുടങ്ങിയിരുന്നു, ചെറിയ ക്ലാസുകളിൽ പഠിക്കുമ്പോൾതന്നെ. അന്തിക്കാട് അന്ന് കുറേക്കൂടി വിശാലമായ ഗ്രാമമായിരുന്നു. വീടുകൾ വളരെ കുറവ്. പ്രധാന റോഡിൽനിന്ന് നീർച്ചാലൊഴുകുന്ന നേർത്ത ഇടവഴിയിലൂടെ നടന്നുവേണം വീട്ടിലെത്താൻ. പാടത്തിന്റെ കരയിലാണ് അന്നത്തെ വീട്. ഇലക്ട്രിസിറ്റിയൊന്നുമില്ല.

എന്റെ ചേച്ചി അന്ന് കോളേജിൽ പഠിക്കുകയാണ്. ചേച്ചിയും ചേട്ടനും അത്യാവശ്യം വായിക്കും. ചേട്ടന് ഹെൽത്ത് സർവീസിൽ ജോലി കിട്ടി കോഴിക്കോട്ടേക്കു പോയപ്പോൾ ചേച്ചി മാത്രമായി വായനക്കാരി.

അച്ഛൻ ബസ് കണ്ടക്ടറായിരുന്നു. രാത്രി ഡ്യൂട്ടി കഴിഞ്ഞ് പണവും കണക്കുമൊക്കെ ഓഫീസിൽ ഏല്പിച്ച് വീട്ടിലെത്തുമ്പോഴേക്കും പത്തുമണി കഴിയും.

സന്ധ്യകഴിയുന്നതോടെ വീട്ടുജോലികളെല്ലാം തീർത്ത് അമ്മയും ചേച്ചിയും വരാന്തയിൽ വന്നിരിക്കും. അന്നും മാതൃഭൂമി ആഴ്ചപ്പതിപ്പ് പത്രത്തോടൊപ്പം സ്ഥിരമായി വീട്ടിൽ വരുത്തുമായിരുന്നു. അതിലെ നോവലുകളും കഥകളുമാണ് എന്റെ ആദ്യത്തെ വായനാപരിചയം.

വായന എന്നു പറഞ്ഞുകൂടാ. വായിച്ചുകേട്ടുള്ള പരിചയം. ആഴ്ച പ്പതിപ്പിൽ തുടർച്ചയായി വരുന്ന നോവലുകളും ചെറുകഥകളും റാന്തൽ വെളിച്ചത്തിലിരുന്ന് ചേച്ചി ശബ്ദമുയർത്തി വായിക്കും. അമ്മയ്ക്ക് കേൾക്കാനാണ്. മലയാറ്റൂരിന്റെ യക്ഷിയും വേരുകളുമൊക്കെ അങ്ങനെ കേട്ടറിഞ്ഞ കഥകളാണ്. ചില ദിവസങ്ങളിൽ ലൈബ്രറിയിൽനിന്ന് ചേച്ചി എടുത്തുകൊണ്ടുവരുന്ന പുസ്തകങ്ങളാകും. വായനയുടെ രസ ത്തിലേക്ക് എന്നെ നയിച്ചത് ആ അന്തിക്കാടൻ സന്ധ്യകളാണ്.

ഓരോ വയസ്സു കൂടുംതോറും വായനയോട് താത്പര്യമുള്ള കൂട്ടുകാരുണ്ടായി. പ്രകാശ് മേനോൻ, രഞ്ജിത്-അവധിദിവസങ്ങളിൽ കൂട്ടംകൂടിയിരുന്ന് ചർച്ച ചെയ്യും. വായിച്ച പുസ്തകങ്ങളെപ്പറ്റി, എഴുത്തുകാരെപ്പറ്റി. സിനിമാനടന്മാരൊന്നുമല്ല അന്നത്തെ താരങ്ങൾ എം.ടി.യും ഒ.വി. വിജയനും മുകുന്ദനും കാക്കനാടനുമൊക്കെയാണ്. കൂട്ടുകാരോടു മത്സരിക്കാൻ വായനയുടെ വ്യാപ്തി കൂട്ടി. അന്തിക്കാട് മാത്രമല്ല, അടുത്ത നാടായ മണലൂർ വായനശാലയിലും അംഗത്വ മെടുത്തു. ക്ലാസ് കഴിഞ്ഞുവന്നാൽ സൈക്കിളിൽ പറക്കും. പുതിയ പുസ്തകങ്ങൾ; അതിലൂടെ ഇതൾവിരിയുന്ന പുതിയ ലോകം. ഒരു യജ്ഞംപോലെയായിരുന്നു അന്നത്തെ വായന. ഒരടുക്കും ചിട്ടയുമി ല്ലാതെ. ഏതു പുസ്തകത്തെപ്പറ്റി ചോദിച്ചാലും 'അതു ഞാൻ വായിച്ചി ട്ടുണ്ട്' എന്ന് മേനിനടിക്കാനുള്ള വായന.

പക്ഷേ അന്നത്തെ വായനയായിരുന്നു മൂലധനം എന്ന് പിന്നീട് തോന്നിയിട്ടുണ്ട്. സംവിധാനം പഠിക്കാനുള്ള ആഗ്രഹവുമായി ഡോക്ടർ ബാലകൃഷ്ണനെ ചെന്നുകണ്ടപ്പോൾ അദ്ദേഹം ആദ്യം ചോദിച്ചത്

വായനാശീലം ഉണ്ടോ എന്നാണ്. ചോദിച്ച പുസ്തകങ്ങളെപ്പറ്റിയൊക്കെ സവിസ്തരം പറഞ്ഞു. എം.ടി.യെയും ഉറൂബിനെയും ബഷീറിനെയും മാത്രമല്ല മുകുന്ദന്റെയും കാക്കനാടന്റെയും കഥകളെപ്പറ്റിയും പറഞ്ഞു. ഇടശ്ശേരിയും പൂതപ്പാട്ടുമൊക്കെ സംസാരത്തിനിടയിൽ വന്നു. അങ്ങനെ ടെസ്റ്റ് പാസായി.

സംവിധാനം പഠിക്കണമെന്ന് പറഞ്ഞുവരുന്നവരോട് ഇപ്പോൾ ഞാനും ചോദിക്കാറുണ്ട് വായനാശീലം ഉണ്ടോ എന്ന്. കുറച്ചു കൊല്ലങ്ങൾക്കുമുമ്പ് ഞാനും ശ്രീനിവാസനും ഒരു കഥായാലോചിക്കാനിരിക്കുന്നിടത്തേക്ക് സുമുഖനായ ഒരു ചെറുപ്പക്കാരൻ വന്നു. സംവിധാനം പഠിക്കണം. തിരക്കഥയെഴുതണം - ഇതൊക്കെയാണ് മോഹം.

'വായിക്കാറുണ്ടോ?' എന്ന പതിവുചോദ്യം ഞാൻ ചോദിച്ചു. പെട്ടെന്നുതന്നെ 'ഉണ്ട്' എന്ന മറുപടി വന്നു.

"ഏറ്റവും ഒടുവിൽ വായിച്ച പുസ്തകം ഏതാണ്?"

കുറച്ചുനേരം ആലോചിച്ചുനിന്നിട്ട് പയ്യൻ പറഞ്ഞു-

"അത് പെട്ടെന്ന് ഓർമ്മ വരുന്നില്ല."

പിന്നെ പന്ത് ശ്രീനിവാസൻ ഏറ്റെടുത്തു.

വൈക്കം മുഹമ്മദ് ബഷീറിനൊപ്പം

"ഇഷ്ടപ്പെട്ട എഴുത്തുകാരൻ ആരാണ്?"

"എല്ലാവരെയും ഇഷ്ടമാണ്" എന്ന സുരക്ഷിതമറുപടി പറഞ്ഞ് മിടുക്കൻ തടിതപ്പി.

ശ്രീനി വിട്ടില്ല.

"മാധവിക്കുട്ടിയെ ഇഷ്ടമാണോ?"

പയ്യന്റെ മുഖത്ത് നാണം കലർന്ന ഒരു പുഞ്ചിരി പരന്നു.

ശ്രീനി പെട്ടെന്ന് വിശദമാക്കി-

"എഴുത്തുകാരി മാധവിക്കുട്ടി. അവരുടെ കഥകൾ വായിച്ചിട്ടുണ്ടോ?"

"ഉണ്ടെന്നു തോന്നുന്നു" ഉറപ്പില്ല എന്നൊരു ഭാവം മുഖത്ത്.

അവസാനത്തെ ചോദ്യവും ഉത്തരവും ശ്രീനിതന്നെ എവിടെയോ പരാമർശിച്ചിട്ടുണ്ട്.

"മയ്യഴിപ്പുഴയുടെ തീരങ്ങളെപ്പറ്റി തന്റെ അഭിപ്രായമെന്താ?"

നിസ്സഹായനായി പയ്യൻ പറഞ്ഞു-

"സോറി സാർ. എന്റെ വീട് ഒരു മലമ്പ്രദേശത്താണ്. അവിടെ പുഴയില്ല."

പറഞ്ഞുവന്നപ്പോൾ അനുബന്ധമായി ഈ സംഭവം ഓർത്തു എന്നേയുള്ളൂ. എഴുപതുകളുടെ തുടക്കത്തിലാണ് പുതിയ എഴുത്തുകാരുടെ വിപ്ലവകരമായ സാന്നിധ്യം ഞാനറിയുന്നത്. അന്നത്തെ വായന അപൂർവം ചില ചെറുപ്പക്കാരെയെങ്കിലും വഴിതെറ്റിച്ചോ എന്ന് സംശയം തോന്നിയിട്ടുണ്ട്. ഒരാൾ അന്തിക്കാട്ടുതന്നെ ഉണ്ടായിരുന്നു. പഠിക്കാൻ മിടുക്കനാണ്. പത്താംക്ലാസ് ഒന്നു കടന്നുകിട്ടാൻ ഞങ്ങളൊക്കെ പാടുപെടുമ്പോൾ അവന് ഫസ്റ്റ്ക്ലാസുണ്ട്. മാതൃഭൂമി സ്റ്റഡിസർക്കിളിന്റെ കീഴിൽ കുട്ടികളുടെ ഗ്രന്ഥശാല തുടങ്ങാനും ആഴ്ചതോറും സാഹിത്യ ചർച്ചകൾ സംഘടിപ്പിക്കാനും ഓടിനടന്ന ആളാണ്. ഇടയ്ക്കെപ്പോഴോ എം. മുകുന്ദൻ തലയ്ക്കുപിടിച്ചു. മുകുന്ദന്റെ കൃതികളൊക്കെ ആത്മാവിനോടു ചേർത്തുവെച്ചു നടക്കാൻ തുടങ്ങി. രാധ രാധമാത്രം വായിച്ച് രാധയെപ്പോലെ വീട്ടിൽ അന്യനാവണമെന്നാഗ്രഹിച്ചു. എത്ര നല്ല തമാശകേട്ടാലും ചിരിക്കില്ല. ചോദിച്ചാൽ പറയും - "എം.ടി. ചിരിക്കാറില്ലല്ലോ. എം. മുകുന്ദൻ ചിരിക്കാറില്ലല്ലോ?"

ഹരിദ്വാറിൽ പോകണം. ഭാംഗും ചരസ്സുമടിച്ച് ഒഴുകിയൊഴുകി നടക്കണം. ഇതൊക്കെയാണ് മോഹം. വൃത്തിയിൽ വേഷം ധരിക്കില്ല. കോളേജിലേക്കെന്നു പറഞ്ഞുപോകും. ക്ലാസിൽ കയറാതെ തേക്കിൻകാട് മൈതാനത്തെ മരച്ചുവട്ടിൽ മാനം നോക്കിക്കിടക്കും. പക്ഷേ ഒരൊറ്റ ദിവസംകൊണ്ട് ആ മുഖംമൂടി ഞങ്ങൾ ചില സുഹൃത്തുക്കൾ ചേർന്ന് വലിച്ചെറിഞ്ഞു. എം. മുകുന്ദനെപ്പറ്റിയുള്ള ദീർഘമായ ഒരു ലേഖനവും അഭിമുഖവും ഒരു വിശേഷാൽപ്രതിയിൽ അച്ചടിച്ചുവന്നു.

കോട്ടും സൂട്ടുമിട്ട് നിൽക്കുന്ന അദ്ദേഹത്തിന്റെ കുറെ നല്ല ചിത്രങ്ങൾ സഹിതം. അത് കാണിച്ചുകൊടുത്തിട്ടു ഞങ്ങൾ പറഞ്ഞു–

"മോനേ, നീ വിചാരിക്കുന്നതുപോലെയല്ല. ഫ്രഞ്ച് എംബസിയിൽ ഉയർന്ന ഉദ്യോഗസ്ഥനാണ് എം. മുകുന്ദൻ. നമുക്ക് സ്വപ്നം കാണാവുന്നതിനേക്കാൾ കൂടുതൽ ശമ്പളം വാങ്ങിക്കുന്ന ആൾ. വീടും കുടുംബവുമായി മാന്യമായിട്ടാണ് അദ്ദേഹം ജീവിക്കുന്നത്. കഥാപാത്രങ്ങളെപ്പോലെയല്ല."

കുറേനേരം ആ ഫോട്ടോകളിലേക്ക് അവൻ നോക്കി. മുകുന്ദൻ ചിരിക്കുന്ന ഫോട്ടോയുണ്ട്. ഭാര്യയോടൊപ്പം നിൽക്കുന്ന ഫോട്ടോയുണ്ട്. ഡൽഹിയിലെ പ്രധാന വീഥികളിലൂടെ നടക്കുന്ന ഫോട്ടോയുണ്ട്.

എം.ടിയും എൻ.എസ്. മാധവനും മേതിൽ രാധാകൃഷ്ണനും സേതുവുമടക്കമുള്ള മറ്റു സാഹിത്യകാരന്മാരെപ്പറ്റിയും പറഞ്ഞു - "എല്ലാവരും പഠിച്ച് ജോലിചെയ്ത് നല്ല നിലയിൽ കഴിയുന്നവരാണ്."

ആ റാഗിങ് ഗുണംചെയ്തു. പഠിച്ചു, ഡിഗ്രിയെടുത്തു, ബാങ്ക് ടെസ്റ്റ് എഴുതി, മണിപ്പാലിൽ ഉദ്യോഗം കിട്ടി, അസ്തിത്വ ദുഃഖക്കാരൻ സ്ഥലംവിട്ടു.

എന്റെ വായന അല്പം മുരടിച്ചുപോയത് മദ്രാസിലെ സിനിമാപഠനകാലത്താണ്. ഇൻസ്റ്റിറ്റ്യൂട്ടും സ്റ്റഡിക്ലാസുമൊന്നുമല്ലല്ലോ... കോടമ്പാക്കത്തെ സിനിമയ്ക്കുള്ളിൽ തന്നെയായിരുന്നു എന്റെ കളരി. പത്രംപോലും വായിക്കാത്ത കുറെ സിനിമാജോലിക്കാർ. എന്റെ സാഹിത്യചിന്തകൾകൊണ്ട് അവിടെ ഒരു വിലയുമുണ്ടായില്ല.

പതിനാറോ പതിനെട്ടോ ദിവസങ്ങൾകൊണ്ടാണ് അന്ന് ഒരു ചിത്രത്തിന്റെ ഷൂട്ടിങ് പൂർത്തിയായിരുന്നത്. പി. ചന്ദ്രകുമാറിന്റെ സഹസംവിധായകനായി പ്രവർത്തിച്ച കാലത്ത് വർഷത്തിൽ പതിനൊന്ന് പടങ്ങളിൽവരെ ജോലിചെയ്തിട്ടുണ്ട്. രാവിലെ ഉറക്കമുണരുന്നത് സിനിമയിലേക്ക്, അർധരാത്രിക്കുശേഷം ഉറക്കത്തിലേക്കു വീഴുന്നത് സിനിമയിൽനിന്ന്. അങ്ങനെയൊരു കാലം. ഒരു ദിവസംതന്നെ ഒരു ചിത്രത്തിനുവേണ്ടി രണ്ടോ മൂന്നോ യൂണിറ്റുകളായി ഷൂട്ട് ചെയ്യും. പ്രധാനപ്പെട്ട സീനുകൾ ചന്ദ്രകുമാർ എടുക്കും. ചില തമാശസീനുകളുടെ ക്യാമറയ്ക്കു പിറകിൽ ഞാൻ നിൽക്കും. സ്റ്റണ്ട് ത്യാഗരാജൻമാസ്റ്റർ നോക്കിക്കൊള്ളും. പല സംവിധായകരും അന്ന് അങ്ങനെത്തന്നെയാണ് പ്രവർത്തിച്ചിരുന്നത്. ഇതിനിടയിൽ ഒ.വി. വിജയനെവിടെ, മുകുന്ദനെവിടെ, സച്ചിദാനന്ദനെവിടെ, ബാലചന്ദ്രൻ ചുള്ളിക്കാടെവിടെ. വായന എന്ന ശീലം തന്നെ നഷ്ടപ്പെട്ടു എന്ന് ഞാൻ വിചാരിച്ചു. പക്ഷേ സ്വതന്ത്ര സംവിധായകനായതോടുകൂടി അറിയാതെ ആ ശീലം തിരിച്ചെത്തി. സ്വന്തം കാര്യങ്ങൾ സ്വയം തീരുമാനിക്കാമെന്ന അവസ്ഥ വന്നപ്പോഴാണത്. സിനിമ കാണലും വായനയും ഒരുപോലെയാണെന്നെനിക്ക്

തോന്നിയിട്ടുണ്ട്. കുറെക്കാലം അടുപ്പിച്ച് സിനിമ കാണാതിരുന്നാൽ അതിനോടുള്ള താത്പര്യം കുറയും. വായനയും അങ്ങനെത്തന്നെ. പക്ഷേ ഒരിക്കൽ ഒന്ന് തട്ടിയുണർത്തിയാൽ വളരെ പെട്ടെന്ന് നമ്മൾ പഴയ ആളാകും.

ഇതെന്റെ അനുഭവമാണ്. ശ്രീനിവാസൻ എന്ന എഴുത്തുകാരനെ കൂട്ടുകിട്ടിയതോടെയാണ് വായനയിൽ വീണ്ടും സജീവമായത്. സിനിമാ ചർച്ചകൾക്കിടയിൽ വായിച്ച കഥകളെപ്പറ്റിയും കവിതകളെപ്പറ്റിയും പറയും. അതൊരു ഊർജമാണ്. എങ്കിലും സിനിമാജോലികളുടെ തിരക്കിൽ പൂർണമായി പെട്ടുകഴിഞ്ഞാൽ പിന്നെ മുഴുവൻ സമയവും അതുമാത്രമേ ഉണ്ടാകൂ.

നാടോടിക്കാറ്റും വരവേല്പും സന്ദേശവുമൊക്കെ കഴിഞ്ഞപ്പോൾ ഒരു ദിവസം ശ്രീനിവാസൻ പറഞ്ഞു.

"വായനയുടെ ഒരു കുറവുണ്ട്. നമ്മൾ നിൽക്കുന്നിടത്തേക്കുതന്നെ നിൽക്കുന്നതുപോലെ തോന്നുന്നു."

ശരിയാണെന്ന് എനിക്കും തോന്നി. പുതിയതൊന്നും പറയാനില്ല.

രഹസ്യമായി ഞങ്ങൾ ഷൊർണൂരിലേക്ക് മുങ്ങി; കുറെ പുസ്തകങ്ങളുമായിട്ട്. ഷൊർണൂർ ഗസ്റ്റ്ഹൗസിൽ അന്ന് മുറിക്ക് ദിവസവാടക അമ്പത് രൂപയേ ഉള്ളൂ. ഭക്ഷണത്തിനും ചെലവ് കുറവാണ്. പ്രൊഡ്യൂസർമാരെ ബുദ്ധിമുട്ടിക്കാതെ സ്വന്തം നിലയ്ക്കാണ് താമസം. ഞങ്ങളവിടെ രണ്ട് മുറികളെടുത്തു. മനസ്സിൽ ഞങ്ങൾ സർവതന്ത്ര സ്വതന്ത്രരാണ്. ഒരാളോടും കണക്കു പറയേണ്ടതില്ല. കഥയായില്ലേ എന്ന് ഒരാളും ചോദിക്കില്ല. മൊബൈലില്ല. ഗസ്റ്റ്ഹൗസിലെ ഫോൺ മാസങ്ങളായി പ്രവർത്തിക്കുന്നില്ല. ചാൻസ് ചോദിച്ച് ആരും വരില്ല. മീറ്റിങ്ങിന് പോകണ്ട. വായന മാത്രമേയുള്ളൂ. അങ്ങനെ കുറെ ദിവസങ്ങൾ.

പുതിയ പുസ്തകങ്ങളൊന്നുമല്ല. വായിക്കാൻ മറന്നുപോയ പുസ്തകങ്ങൾ; വായിച്ചു മറന്നുപോയ കഥകൾ.

ചില രാത്രികളിൽ എന്റെ മുറിയിൽ ലൈറ്റ് കണ്ടാൽ ശ്രീനി വന്ന് വാതിൽ തട്ടും. പന്ത്രണ്ടു മണിയൊക്കെ കഴിഞ്ഞിട്ടുണ്ടാകും. ഏതെങ്കിലും കഥ വായിച്ച ആവേശത്തിലായിരിക്കും വരവ്. ആ കഥയെപ്പറ്റി പറഞ്ഞുതുടങ്ങും. പിന്നെ പരന്ന ചർച്ചയാണ്. പൊറ്റെക്കാട്ടും ബഷീറും മാധവിക്കുട്ടിയും വി.കെ. എന്നുമൊക്കെ സംസാരവിഷയമാകും.

അന്ന് വി.കെ.എൻ. തിരുവില്വാമലയിലുണ്ട്. ശ്രീനി അദ്ദേഹത്തെ കണ്ടിട്ടില്ല. എനിക്കാണെങ്കിൽ നല്ല പരിചയമുണ്ട്. അദ്ദേഹത്തിന്റെ 'പ്രേമവും വിവാഹവും' എന്ന ചെറുകഥ 'അപ്പുണ്ണി' എന്ന പേരിൽ ഞാൻ സിനിമയാക്കിയിട്ടുണ്ട്.

സാഹിത്യത്തിൽ വി.കെ.എൻ. എങ്ങനെയാണോ അതുപോലെയാണ് സിനിമയിൽ ശ്രീനിവാസൻ. രണ്ടുപേരും അപാരമായ നർമബോധമുള്ളവർ. സമൂഹത്തിലെ പുഴുക്കുത്തുകൾക്കു നേരെ നേരമ്പോക്കിലൂടെ

അമ്പുകളെയ്യുന്നവർ. രണ്ടുപേരേയും ഒരുമിച്ചിരുത്തി അവരുടെ സംസാരം കേൾക്കണമെന്ന് ഞാനാഗ്രഹിച്ചിരുന്നു. വി.കെ.എന്നിനെ വിളിച്ച് സമ്മതം ചോദിച്ചു. നാണ്വാര് റെഡി. പക്ഷേ ശ്രീനിവാസന്റെ അലസത മൂലം അത് നടന്നില്ല. നാളെപോകാം, മറ്റന്നാൾ രാവിലെ പോകാം എന്ന് പറഞ്ഞുപറഞ്ഞ്, ഷൊർണൂരിൽനിന്ന് തിരിച്ചു പോരുംവരെ പോകാൻ പറ്റിയില്ല. 'അതികായൻ' ഇനി തിരിച്ചുവരാത്ത ലോകത്തേക്ക് ആരുടേയും അനുവാദത്തിനു കാത്തുനിൽക്കാതെ പോവുകയും ചെയ്തു. ഇപ്പോഴും അതുപറഞ്ഞ്, വാക്കുകൾകൊണ്ട് ശ്രീനിയെ ഞാൻ കുത്തിനോവിക്കാറുണ്ട്.

ഷൊർണൂരിലെ വായനാദിവസങ്ങൾ ഞങ്ങളെ ഉന്മേഷവാന്മാരാക്കിയിരുന്നു. പിന്നീടിറങ്ങിയ സിനിമകളിലൊക്കെ അതിന്റെയൊരു തിളക്കം ഉള്ളതുപോലെയും തോന്നി.

ലോഹിതദാസിന്റെ കൂടെയുള്ള സിനിമകളും അക്ഷരസ്നേഹം നിറഞ്ഞവയായിരുന്നു. ലോഹി കൂടുതലും പുരാണങ്ങളാണ് വായിക്കുക. പ്രത്യേകിച്ചും മഹാഭാരതം. അതിലില്ലാത്തതൊന്നും ലോകസാഹിത്യത്തിലില്ല എന്നു പറയും. സിനിമകളുടെ കഥ ആലോചിക്കുമ്പോഴും അങ്ങനെത്തന്നെയാണ്.

"നമുക്ക് കച ദേവയാനി ഒന്നു പിടിച്ചാലോ?" ഒരിക്കൽ ചോദിച്ചു. എനിക്കതു മനസ്സിലായില്ല. പക്ഷേ 'തൂവൽക്കൊട്ടാരം' എന്ന കഥ രൂപപ്പെട്ടപ്പോൾ ലോഹി പറഞ്ഞു.

പുനത്തിൽ കുഞ്ഞബ്ദുള്ളയ്ക്കുമൊപ്പം

"കചൻ തന്നെയാണ് പ്രചോദനം". അതൊരു അസാധാരണ വൈഭവമാണ്. ലോഹിതദാസിന്റെ പല കഥകളിലും രാമായണവും മഹാഭാരതവുമൊക്കെ ഒളിഞ്ഞുകിടപ്പുണ്ട്; നമ്മുടെ കണ്ണുകൾക്ക് കണ്ടെത്താൻ കഴിയില്ലെങ്കിലും. ഏതെങ്കിലുമൊരു സാഹിത്യസൃഷ്ടി വല്ലാതെ ഇഷ്ടപ്പെട്ടാൽ, അതെന്റെ മനസ്സിനെ വല്ലാതെ സ്വാധീനിച്ചാൽ, അതിന്റെ രചയിതാവിന് കത്തെഴുതുന്ന സ്വഭാവം പണ്ടെനിക്കുണ്ടായിരുന്നു.

'വാനപ്രസ്ഥം' വായിച്ചിട്ട് എം.ടിക്കുപോലും ഞാൻ കത്തയച്ചിട്ടുണ്ട്. അനുമോദനങ്ങൾക്കും അംഗീകാരങ്ങൾക്കും അപ്പുറത്തുള്ള എഴുത്തുകാരനാണ് എം.ടി. എങ്കിലും വാക്കുകൾകൊണ്ട് എന്റെയൊരു ദക്ഷിണ! മറുപടിയൊന്നും പ്രതീക്ഷിച്ചിട്ടല്ല. പക്ഷേ മൂന്നോ നാലോ കൊല്ലങ്ങൾക്കുശേഷം കോഴിക്കോട് ഒരു ചടങ്ങിൽവെച്ച് കണ്ടപ്പോൾ എന്റെ കൈപിടിച്ച് പതിഞ്ഞ ശബ്ദത്തിലദ്ദേഹം പറഞ്ഞു:

"സത്യന്റെ കത്തെനിക്കു കിട്ടിയിരുന്നു കേട്ടോ. സന്തോഷമായി."

'സൂര്യവംശം' പ്രസിദ്ധീകരിച്ച സമയത്ത് മേതിൽ രാധാകൃഷ്ണന് കത്തെഴുതിയിട്ടുണ്ട്. മേതിലിന്റെ മറുപടി വന്നത് അന്നെന്നെ ഒരുപാട് ആഹ്ലാദിപ്പിച്ചിരുന്നു. സിനിമയിൽ സജീവമാകുന്നതുവരെ ഞങ്ങൾ കത്തുകളെഴുതുമായിരുന്നു. മേതിൽ ഇന്നത് ഓർക്കുന്നുണ്ടാകുമോ എന്നറിയില്ല. വടിവൊത്ത, നിരയൊത്ത അക്ഷരങ്ങൾ ഇന്നും എന്റെ മനസ്സിലുണ്ട്.

പുതുമയുള്ള ആവിഷ്കാരത്തിലൂടെ വിസ്മയിപ്പിച്ച കെ.പി. നിർമൽകുമാറുമായും കത്തെഴുത്തുണ്ടായിരുന്നു. ആ ശീലം അവസാനിപ്പിച്ചത് കനത്ത ഒരു തിരിച്ചടി കിട്ടിയപ്പോഴാണ്. ഇപ്പോൾ സജീവമല്ലാത്ത, എന്നാൽ മുമ്പ് കുറച്ചു നല്ല കഥകളെഴുതിയിട്ടുള്ള ഒരെഴുത്തുകാരന്റെ അല്പം ദീർഘമായ ഒരു കഥ എനിക്കു വളരെ ആകർഷകമായി തോന്നി. അഡ്രസ് തേടിപ്പിടിച്ച് ഞാനദ്ദേഹത്തിന് അഭിനന്ദനക്കത്തയച്ചു. ഉടനെത്തന്നെ സന്തോഷമറിയിച്ചുകൊണ്ടുള്ള മറുപടിയും വന്നു. അപകടം മനസ്സിലായത് എന്റെ അടുത്ത സിനിമ റിലീസ് ചെയ്യാറായപ്പോഴാണ്. കോടതിയിൽ എനിക്കെതിരെ ഒരു കേസ്. കഥാമോഷണം! തെളിവായി കാണിച്ചത് എഴുത്തുകാരന് ഞാനയച്ച അഭിനന്ദനക്കത്ത്! എന്റെ മഹാഭാഗ്യത്തിന് ആ കഥയുമായി സിനിമയ്ക്ക് വിദൂരസാമ്യം പോലുമില്ലായിരുന്നു. എങ്കിലും വക്കീലിനെ കാണേണ്ടിവന്നു. കോടതി സമൻസ് ഒപ്പിട്ടുവാങ്ങേണ്ടിവന്നു. കേസ് തീരുംവരെ മനസ്സമാധാനക്കേടും!

രേഖാമൂലമുള്ള അഭിനന്ദനം അതോടെ നിർത്തി. 'മനുഷ്യന് ഒരാമുഖം' വായിച്ചിട്ട് സുഭാഷ്ചന്ദ്രനെ ഫോണിൽ വിളിച്ചേ അഭിനന്ദിച്ചുള്ളൂ, സുഭാഷ് ഒരു കാരണവശാലും വക്കീൽ നോട്ടീസ് അയയ്ക്കില്ലെന്ന്

ഉറപ്പുണ്ടായിട്ടും. ഇപ്പോൾ വീണ്ടും വീണ്ടും വായിക്കാൻ എന്നെ പ്രേരിപ്പിക്കുന്നത് പഴയ സോവിയറ്റ് കഥകളാണ്. ഗോപാലകൃഷ്ണനും ഓമനയുമൊക്കെ ലളിതമായി വിവർത്തനം ചെയ്ത കഥകൾ. എന്തൊരു സൗന്ദര്യമാണാ കഥകൾക്ക്! സിനിമ എന്ന കലാരൂപം ഉണ്ടാകുന്നതിനു മുമ്പേ എഴുതിയതുകൊണ്ടാവണം. വിശാലമായ കാൻവാസിലാണ് അവ അവതരിപ്പിക്കുന്നത്. അന്തരീക്ഷം, കാലാവസ്ഥ - ഇതൊക്കെ വാക്കുകളിലൂടെ നമ്മെ അനുഭവിപ്പിക്കുന്നു. വായനക്കാരന്റെ മനസ്സിൽ ഒരു ചലച്ചിത്രംപോലെ പതിയുന്നു.

കുറച്ചുനാളുകൾക്കു മുമ്പ് മുട്ടത്തുവർക്കിയുടെ 'പാടാത്ത പൈങ്കിളി' ഒരു കൗതുകത്തിന് വീണ്ടും വായിച്ചുനോക്കി. എഴുത്തിന്റെ ശൈലിയും കഥാപാത്രങ്ങളുടെ സംഭാഷണവുമൊക്കെ തമാശയോടെ അതിലേറെ ലാഘവത്തോടെയാണ് വായിച്ചുതുടങ്ങിയത്. പക്ഷേ വായിച്ചുവായിച്ച് ഞാൻ അതിനകത്തായിപ്പോയി എന്നതാണ് വാസ്തവം. വായനക്കാരൻ എന്ന നിലയിലുള്ള എന്റെ പരിമിതിയാകാം ഒരു പൈങ്കിളി എന്റെ ആസ്വാദനമണ്ഡലത്തിൽ ചിറകൊതുക്കി ഇരിക്കുന്നതുകൊണ്ടാകാം, എന്തായാലും അതിലൊരു മാജിക് ഉള്ളതായി എനിക്കു തോന്നി.

സമ്പന്നമായ സാഹിത്യപാതകളിലൊന്നും മുട്ടത്തുവർക്കിയുടെ പേരുണ്ടാകണമെന്നില്ല. അതിനുതക്ക അദ്ഭുതമൊന്നും അദ്ദേഹം കാഴ്ചവച്ചിട്ടുമില്ല. പക്ഷേ സാധാരണക്കാരന്റെ ജീവിതം അദ്ദേഹത്തിനറിയാമായിരുന്നു. അവരെ ആകർഷിക്കുന്ന രചനാരീതി അദ്ദേഹം സ്വന്തമാക്കിയിരുന്നു. ഖസാക്കിൽ രവിയുടെ പുസ്തകശേഖരത്തിൽ മുട്ടത്തുവർക്കി വന്നുപെട്ടത് വെറുതെയാവില്ല.

സ്ത്രീധനമാണ് പാടാത്ത പൈങ്കിളിയിലെ മുഖ്യവിഷയം. വായിച്ചു കഴിഞ്ഞ ഉടനെ എന്റെ സുഹൃത്തായ രാജേഷ് ജയരാമൻ എന്ന യുവ കഥാകൃത്തിനെ ഞാൻ വിളിച്ചു. സ്ത്രീധനത്തെ ആസ്പദമാക്കി രാജേഷ് എന്നോട് വേറൊരു ആശയം പറഞ്ഞിരുന്നു. പറഞ്ഞിട്ട് കുറെ കാലമായി. ഞാനത് വേണ്ടരീതിയിൽ ശ്രദ്ധിച്ചിരുന്നില്ല. രാജേഷ് വന്നു. മറന്നു തുടങ്ങിയ ആ കഥ പൊടിതട്ടിയെടുത്തു. സിനിമയ്ക്കുള്ള ഒരു സ്പാർക്ക് ആ കഥയിലുണ്ടായിരുന്നു. അത് മിനുക്കിയെടുത്തപ്പോഴാണ് 'ഭാഗ്യദേവത' എന്ന സിനിമ ഉണ്ടായത്. പാടാത്ത പൈങ്കിളിയുടെ പുനർവായന അതിനൊരു നിമിത്തമായെന്നു പറയാം.

വായന എന്നെ ഇപ്പോഴും സ്വാധീനിക്കുന്നു. സിനിമയിലേക്കുള്ള വഴിയിൽ പലപ്പോഴും അതൊരു വെളിച്ചമാകുന്നു.

എല്ലാ കാലത്തേയും 'സന്ദേശം'

'സന്ദേശം' പ്രേക്ഷകർക്ക് മുന്നിലെത്തിയിട്ട് ഇത് ഇരുപത്തഞ്ചാം വർഷം. ഇന്നും പ്രസക്തമായ ഒരു സിനിമയായി സന്ദേശം ചർച്ച ചെയ്യപ്പെടുമ്പോൾ സന്തോഷവും അഭിമാനവുമുണ്ട്. അതുകൊണ്ടുതന്നെ ശ്രീകാന്ത് കോട്ടയ്ക്കൽ 'മാതൃഭൂമി'യിലെഴുതിയ ലേഖനം ഇതോടൊപ്പം ചേർക്കുന്നു - സത്യൻ അന്തിക്കാട്

ആദ്യത്തെയാൾ വടക്കൻ കേരളത്തിൽ കണ്ണൂർ ജില്ലയിലെ പാട്യം പഞ്ചായത്തിൽപ്പെട്ട കോങ്ങാറ്റ ഗ്രാമത്തിൽനിന്നാണ് അഡയാറിലേക്കും കോടമ്പാക്കത്തേക്കും വണ്ടികയറിയത്. അപരൻ മധ്യകേരളത്തിലെ തൃശൂരിനടുത്തുള്ള അന്തിക്കാട്ടുനിന്നും. വർഷങ്ങൾക്കുമുമ്പ്. അപരിചിതരായിരുന്ന അവർ പിന്നീട് പഴയ മദിരാശിയിലെ പോണ്ടി ബസാറിൽ വെച്ചോ വടപളനി സ്റ്റാന്റിൽവെച്ചോ കണ്ടുമുട്ടി. ആദ്യസമാഗമത്തിൽ ത്തന്നെ അവർ പരസ്പരം തിരിച്ചറിഞ്ഞു. ഒരാൾ പാതി പറഞ്ഞാൽ അന്യന് അത് പൂരിപ്പിക്കാൻ സാധിക്കുന്നു. ചിന്തകൾ വേഗം കൈകോർക്കുന്നു. എല്ലാറ്റിലുമുപരിയായി രണ്ടുപേരിലും ഫലിതത്തിന്റെ ആറാമിന്ദ്രിയം തുറന്നിരിക്കുന്നു. അങ്ങനെ സിനിമയിലും ജീവിതത്തിലും സത്യൻ അന്തിക്കാട്-ശ്രീനിവാസൻ സഖ്യം സംഭവിച്ചു. ബോളിവുഡിൽ ജാവേദ് അക്തർ-സലിംഖാൻ ദ്വയംപോലെ; പാട്ടെഴുത്തിൽ വയലാർ-ദേവരാജൻ പോലെ; ക്രിക്കറ്റിൽ ഡെസ്മണ്ട് ഹെയ്ൻസ്-ഗോർഡൻ ഗ്രീനിഡ്ജ് കൂട്ടുകെട്ട് പോലെ. അവരുടെ സഖ്യത്തിലേക്ക് പത്തനംതിട്ടയ്ക്കടുത്ത് ഇലന്തൂരിൽ ജനിച്ച് തിരുവനന്തപുരത്ത് വളർന്ന മോഹൻലാൽ എന്ന യുവാവും ചെരിഞ്ഞ് നടന്ന് വന്നുചേർന്നപ്പോൾ ടീം പൂർത്തിയായി.

ഇവർ മൂന്നുപേരും ചേർന്ന് മെനഞ്ഞ സിനിമകൾ മലയാളിയുടെ അക്കാല ജീവിതത്തിന്റെ നേർപകർപ്പുകളായിരുന്നു. തൊഴിലില്ലാത്ത ഇടത്തരക്കാരന്റെ ജീവിതം; അഭിമാനം; ദുരഭിമാനം; പ്രണയം; പരിമിതികൾ, പരിഭവങ്ങൾ. പുറമേയ്ക്ക് ചിരിപ്പിച്ചുകൊണ്ട് അകമേ കരയിപ്പിച്ച കഥകൾ.

സത്യനും ശ്രീനിയും ഒന്നിച്ച് പാർത്ത്, ഒന്നിച്ച് ചിന്തിച്ച്, ഒന്നിച്ചുണ്ട്, ഒന്നിച്ചിറങ്ങി നിർമ്മിച്ച കലാരൂപങ്ങൾ.

ഇവ എഴുതാൻ ഇരിക്കുന്ന മാസങ്ങളുടെ രാപ്പകലുകളിലെല്ലാം സത്യന്റെയും ശ്രീനിയുടെയും സംഭാഷണങ്ങളിൽ സിനിമയേക്കാളും സാഹിത്യത്തേക്കാളും കടന്നുവരിക രാഷ്ട്രീയമായിരുന്നു. രാഷ്ട്രീയം രണ്ടുപേർക്കും വായിച്ചറിവോ കേട്ടറിവോ ആയിരുന്നില്ല. ഗ്രാമജീവിതത്തിന്റെ ഭാഗമായിരുന്നു. ഭൂരിഭാഗം മനുഷ്യരും കമ്മ്യൂണിസ്റ്റുകാരായ കടുത്ത പാർട്ടിഗ്രാമമായിരുന്നു ശ്രീനിവാസന്റേത്. എപ്പോഴും ജാഥകൾ കടന്നുപോകുന്ന മൺവഴികളും മുഴങ്ങിക്കേൾക്കുന്ന മുദ്രാവാക്യങ്ങളും. 'ചെങ്കൊടിതൊട്ട് കളിക്കേണ്ട ചന്ദ്രനിലെത്തിയ കൊടിയാണ്...' കൊയ്തൊഴിഞ്ഞ വയലുകളിൽ എ.കെ. ഗോപാലന്റെ 'ഗോപാലസേന' പരിശീലനം. പാട്യം ഗോപാലനെപ്പോലുള്ള ഉന്നതരായ നേതാക്കൾ. അച്ഛൻ അസ്ഥിയിൽ കമ്മ്യൂണിസം കലർന്നയാൾ. പാർട്ടിപ്രവർത്തനം കാരണം അധ്യാപകജോലി നഷ്ടപ്പെടുകയും ജയിലിൽ കിടക്കുകയും ചെയ്ത എ.കെ.ജിയുമായും ഇ.എൻ. ബലറാമുമായും അടുപ്പമുള്ളയാൾ. ഡൽഹിയിൽനിന്നും അച്ഛനെത്തേടിയെത്തുന്ന എ.കെ.ജിയുടെ കത്തുകൾ; അതിന് അച്ഛൻ എഴുതുന്ന മറുപടികൾ...

അന്തിക്കാടും രാഷ്ട്രീയശാലതന്നെയായിരുന്നു. ജന്മി-കുടിയാൻ സമരങ്ങളുടെ പ്രധാന പണിയാല. ഇ.എം. ശങ്കരൻ നമ്പൂതിരിപ്പാടും ജോർജ് ചടയൻമുറിയും അച്യുതമേനോനും വിപ്ലവത്തിന്റെ തിരികളുമായി വന്നുപാർത്ത കുടിലുകൾ. കർഷകർ, കള്ളുചെത്തുകാർ... രണ്ട് ദേശത്തേക്കും അദൃശ്യമായ ഒരു ചരട് ആരോ ബന്ധിച്ചിരുന്നു. അതുകൊണ്ട്, സത്യൻ അന്തിക്കാടിനും ശ്രീനിവാസനും രാഷ്ട്രീയം രക്തത്തിലെ ധാതുതന്നെയായിരുന്നു.

'സന്ദേശ'ത്തിൽനിന്ന് ഒരു രംഗം

അങ്ങനെ രാഷ്ട്രീയം പറഞ്ഞിരിക്കുമ്പോൾ ശ്രീനിവാസൻ നിത്യവും പറയുന്ന ഒരു ചിന്തയുണ്ടായിരുന്നു. ഒരു വീട്ടിൽ വിരുദ്ധ പാർട്ടിയിൽപ്പെട്ട രണ്ട് സഹോദരന്മാർ, പാർട്ടി രാഷ്ട്രീയം മുഴുവൻ കൊണ്ടുനടക്കുന്നതും തീരുമാനിക്കുന്നതും തങ്ങളാണ് എന്ന് കരുതുന്ന ലോക്കൽ നേതാക്കൾ, പഴകിത്തുരുമ്പെടുത്ത പ്രത്യയശാസ്ത്രങ്ങളുമായി സ്ഥലകാലബോധ മില്ലാത്ത മനുഷ്യർ... പല കാലം പറഞ്ഞുപറഞ്ഞുകഴിഞ്ഞ ആ ആലോ ചനയെ ട്രിവാൻഡ്രം ക്ലബ്ബ്, എറണാകുളം ഭാരത് ടൂറിസ്റ്റ് ഹോം, കോഴി ക്കോട് മഹാറാണി ഹോട്ടൽ, കോഴിക്കോട്ടെത്തന്നെ ഹൈസൺ ഹെറിറ്റേജ് എന്നിവിടങ്ങളിൽ വെച്ചുണ്ട് പാർത്ത് എഴുതിത്തീർന്നപ്പോൾ 'സന്ദേശം' എന്ന സിനിമയുണ്ടായി. അതുകണ്ട് പൊതുജനം ചിന്തിച്ച് ചിരിക്കുകയും ചിരിച്ച് ചിന്തിക്കുകയും ചെയ്തു; ബുദ്ധിയുള്ള രാഷ്ട്രീയ ക്കാർ അവനവനിലേക്ക് നോക്കി ലജ്ജിച്ചു; ചിരി അലർജിയായ വിപ്ലവ പ്രത്യയശാസ്ത്രക്കാർ അരാഷ്ട്രീയം എന്നുപറഞ്ഞ് സിനിമയെ അധി ക്ഷേപിച്ചു; ആവനാഴിയിൽ മറ്റ് അസ്ത്രമൊന്നുമില്ലാത്തവർ അജ്ഞാത കർതൃകമായ തെറിക്കത്തുകൾ എഴുതി. ഒരു സിനിമ ഹാസ്യത്തിലൂടെ രാഷ്ട്രീയത്തിലെ അപഹാസ്യതകളെ പൊളിച്ചെഴുതി.

ഒരു വരിപോലും വെട്ടാനില്ലാതെ 'സന്ദേശ'ത്തിന്റെ തിരക്കഥ എഴു തിത്തുടങ്ങുംമുമ്പേ ശ്രീനിവാസൻ സത്യൻ അന്തിക്കാടിന് ഒരു വാക്ക് കൊടുത്തിരുന്നു: "ഈ സിനിമയിൽ ഉഗ്രൻ ഡയലോഗുകൾ ഞാൻ നിങ്ങൾക്ക് പ്രോമിസ് ചെയ്യുന്നു." ആ വാക്ക് സിനിമയുടെ ആദ്യസീൻ മുതൽ അവസാനം രംഗം വരെ ശ്രീനിവാസൻ പാലിക്കുകയും ചെയ്തു. എഡിറ്റ് ചെയ്യാനില്ലാത്ത തിരക്കഥയാണ് സന്ദേശത്തിന്റേത്. ഓരോ സംഭാ ഷണത്തിൽനിന്നും ഒരായിരം അർത്ഥങ്ങൾ വിടരുന്നു. അവയിൽപ്പലതും ഇപ്പോഴും മാരകപ്രഹരശേഷിയുള്ള പരിഹാസ ബോംബുകളുമാണ്. കാലം പഴകുന്തോറും അവയുടെ സ്ഫോടനശേഷി വർധിക്കുകയാണ്. ഈ ബോംബുകൾകൊണ്ട് ഇന്നും നമ്മുടെ രാഷ്ട്രീയഭൂമികയെ ഛിന്ന ഭിന്നമാക്കാം.

കോട്ടപ്പള്ളി പ്രകാശനും പ്രഭാകരനും രണ്ട് വ്യക്തികൾ മാത്രമല്ല രണ്ട് രാഷ്ട്രീയ സംസ്കാരങ്ങൾ കൂടിയാണ് എന്ന് കൃത്യമായി മനസ്സി ലാക്കിയതിന് ശേഷമാണ് ശ്രീനിവാസൻ തിരക്കഥ എഴുതിയിരിക്കുന്നത്. പ്രകാശൻ കോൺഗ്രസ്സുകാരനാണ്, ധാരാളം സംസാരമാവാം, ബൗദ്ധിക ഭാരങ്ങളേതുമില്ല, ഖദറിന്റെ നിറംപോലെത്തന്നെ ചിരിക്കും, അധികാര ത്തിലല്ലാതെ വിപ്ലവത്തിലൊന്നും വിശ്വസിക്കുന്നുമില്ല. 'സ്വരാജ്യം' മാത്രമേ അയാൾ സ്വപ്നം കാണുന്നുള്ളൂ. എന്നാൽ പ്രഭാകരൻ അങ്ങ നെയല്ല; അയാൾക്ക് ചിരി നിഷിദ്ധമാണ്, ചിന്തയാണ് മുഖ്യഭക്ഷണം, സായുധവിപ്ലവമാണ് ആത്യന്തിക ലക്ഷ്യം, പ്രത്യയശാസ്ത്രത്തിന്റെയും പച്ചയായ ജീവിതത്തിന്റെയും ഇടയിലാണ് അയാളുടെ ജീവിതം. പ്രഭാ കരന്റെ മുറിയിലേക്ക് അച്ഛൻ രാഘവൻനായർ രാത്രി കടന്നുവരികയാണ്. മകൻ പുറംതിരിഞ്ഞിരുന്ന് എന്തോ വായിക്കുന്നു. അച്ഛൻ വിളിച്ചപ്പോൾ

ഞെട്ടിപ്പോയ പ്രഭാകരൻ പറയുന്ന മറുപടി ഇങ്ങനെ: "ഓ, അച്ഛനായിരുന്നോ, ഞാൻ കരുതി ഏതോ കുത്തകമുതലാളിയായിരിക്കും" എന്ന്. ഇത് വെറും തമാശയ്ക്ക് വേണ്ടിയുള്ള ഡയലോഗാണ് എന്ന് പറയുന്നവരോട് നല്ല നമസ്കാരം പറയുകയേ വഴിയുള്ളൂ. ഒറ്റ ഡയലോഗിലൂടെ ഒരു പ്രസ്ഥാനത്തിന്റെ പെരുപ്പിച്ച് കെട്ടിയ പ്രകടനപരതയുടെ കാറ്റഴിച്ചു വിടുകയാണ് ശ്രീനിവാസൻ.

കോട്ടപ്പള്ളി പ്രഭാകരന് വിവാഹം കഴിക്കാനായപ്പോൾ അയാൾ താത്ത്വികാചാര്യൻ കുമാരപ്പിള്ള സാറിനോടാണ് ചോദിക്കുന്നത്. ആ സംഭാഷണം ഇങ്ങനെ:

"പ്രകൃതിനിയമങ്ങൾക്ക് നമ്മൾ കുറച്ചൊക്കെ വഴിപ്പെടേണ്ടതല്ലേ?"

"വഴങ്ങരുത്. ലൗകികമായ തൃഷ്ണകളെ നമ്മൾ അതിജീവിക്കണം."

"മാനവരാശിയുടെ നിലനില്പ് തന്നെ കുടുംബം എന്ന എസ്റ്റാബ്ലിഷ്മെന്റിലല്ലേ?"

"എല്ലാ എസ്റ്റാബ്ലിഷ്മെന്റുകൾക്കും എതിരെയാണ് നമ്മുടെ യുദ്ധം... ചുരുക്കിപ്പറഞ്ഞാൽ നമ്മുടെ പാർട്ടിക്ക് വിവാഹം ഇഷ്ടമല്ല."

"അപ്പോ സാറ് കല്യാണം കഴിച്ചതോ?"

"അതിൽ ഞാനിപ്പോൾ ഖേദിക്കുന്നു."

വിഘടനവാദികളും പ്രതിക്രിയാവാദികളും പ്രഥമദൃഷ്ട്യാ അകൽച്ചയിൽ ആയിരുന്നെങ്കിലും അവർക്കിടയിലെ അന്തർധാര സജീവമായിരുന്നു എന്നുവേണം കരുതാൻ...

"അവരത്രയുംകാലം എങ്ങനെ ഒളിവിൽ കഴിയും ഈശ്വരാ..."

"ഈശ്വരനോ? എന്താ കോട്ടപ്പള്ളീ ഇത്? നമ്മുടെ പാർട്ടിക്ക് ഈശ്വരൻ ഇല്ല എന്ന് പറഞ്ഞിട്ട്?"

"സോറി, ഒരബദ്ധം പറ്റിപ്പോയതാണ്."

ഏത് സമയവും വിപ്ലവം സംഭവിച്ചേക്കാം എന്ന് കരുതി ജീവിക്കുന്ന സഖാവ് ഇങ്ങനെയൊക്കെയല്ലാതെ എങ്ങനെയാണ് സംസാരിക്കുക? ഇങ്ങനെയൊക്കെയല്ലേ വിപ്ലവപാർട്ടികൾ സംസാരിക്കുന്നത്?

ഖദറിട്ട ഐ.എൻ.എസ്.പിയുടെ മണ്ഡലം പ്രസിഡണ്ട് പൊതുവാൾജി അഖിലേന്ത്യാ നേതാവ് യശ്വന്ത് സഹായിയുടെ ഹിന്ദി കേട്ടിട്ട് മനസ്സിലാവാഞ്ഞപ്പോൾ അണികളോട് വിളിച്ചു ചോദിക്കുന്നത് 'വിദ്യാഭ്യാസമുള്ള ഒരുത്തനുമില്ലേ നമ്മുടെ പാർട്ടിയിൽ?' എന്നാണ്.

കൊടിമരജാഥയുടെ കവുങ്ങ് മുറിച്ചിട്ട ഉടനെ പൊതുവാൾജി പറയുന്നുണ്ട്, "ആ അടയ്ക്ക എടുത്ത് പാർട്ടി ഓഫീസിൽ കൊണ്ടുവയ്ക്കാൻ." ആ അടയ്ക്ക എങ്ങോട്ടാണ് പോകുക എന്ന് രാഷ്ട്രീയ കേരളത്തിന് ആരെങ്കിലും പഠിപ്പിച്ചുകൊടുക്കണോ? എങ്ങനെയാണ് നമ്മൾ ബന്ദ് നടത്തേണ്ടത് എന്ന് വിശദീകരിക്കുന്നതിന്റെ അവസാനമായി കുമാരപ്പിള്ള സാർ പറയുന്നുണ്ട്. 'പൊതുജനങ്ങളെ ബുദ്ധിമുട്ടിക്കുന്നതെന്തും.

ഇതിലൊക്കെ എന്താ ഇപ്പം സംശയിക്കാനുള്ളത്' എന്ന്. ശ്രീനിവാസൻ എന്ന എഴുത്തുകാരനേക്കാൾ കേരളത്തിൽ ജനിച്ചുവളർന്ന, ഇവിടുത്തെ രാഷ്ട്രീയത്തെ പഠിക്കുകയും സഹിക്കുകയും ചെയ്ത സാധാരണക്കാരനാണ് 'സന്ദേശം' എഴുതിയത്. അതു കണ്ടിട്ടും കേട്ടിട്ടും ഈ പാർട്ടികളും അതിന്റെ അവസ്ഥകളും ഒരു മാറ്റവുമില്ലാതെ ഇപ്പോഴും നിലനിൽക്കുന്നതുകൊണ്ടാണ് സന്ദേശത്തിലെ ഒരു വരിപോലും വെട്ടിക്കളയേണ്ടിവരാത്തത്. ഏറ്റവും പുതിയ തലമുറയ്ക്കുപോലും 'സന്ദേശ'ത്തിലെ സംഭാഷണങ്ങൾ എളുപ്പത്തിൽ പിടികിട്ടുകയും ചെയ്യുന്നു.

മണ്ണുദയഭാനുവിന്റെ വരവ്

സന്ദേശത്തിലെ ഏറ്റവും ഹൃദയസ്പർശിയായ കഥാപാത്രമാണ് സിദ്ദിഖ് അവതരിപ്പിച്ച മണ്ണുദയഭാനു. ഇയാൾ കൃഷി ഓഫീസറാണ് എന്നത് മാത്രമേ എഴുതാനിരിക്കുമ്പോൾ സത്യനും ശ്രീനിയും തീരുമാനിച്ചിരുന്നുള്ളൂ. തിരക്കഥ പൂർത്തിയാവാനായിട്ടും കഥാപാത്രത്തിന് ഒരു ഭൂതകാലം ലഭിച്ചില്ല. ആ സമയത്താണ് എഴുത്ത്മുറി വിട്ട് ഒരുനാൾ വസ്ത്രങ്ങൾ മാറിയെടുക്കാനായി സത്യൻ വീട്ടിലെത്തിയത്. അപ്പോൾ മൂത്ത ജ്യേഷ്ഠന്റെ സഹപാഠിയും സത്യന്റെ സുഹൃത്തുമായ ഒരാളുടെ അമ്മ മരിച്ച വിവരം അറിയുന്നത്. ജ്യേഷ്ഠനും സത്യനും കൂടി മരണവീട്ടിലേക്ക് പോയി. തിരിച്ചുവരുമ്പോൾ ആ അമ്മയെക്കുറിച്ച് ജ്യേഷ്ഠൻ സത്യനോട് പറഞ്ഞു.

"അമ്മയ്ക്ക് ഒറ്റ മകനേയുള്ളൂ. വയലിൽ കൂലിപ്പണിയെടുത്താണ് അവർ മകനെ പഠിപ്പിച്ചിരുന്നത്. രാവിലെ സ്കൂളിൽ ഫീസടയ്ക്കണം. നിശ്ചിത ദിവസം അടച്ചില്ലെങ്കിൽ ഒരു ദിവസം ക്ലാസിൽ എഴുന്നേല്പിച്ച് നിർത്തും. എന്നിട്ടും അടച്ചില്ലെങ്കിൽ ബഞ്ചിൽ കയറ്റിനിർത്തും. മൂന്നാം ദിവസം പുറത്താക്കും. ഇതായിരുന്നു രീതി. ഈ സഹപാഠിക്ക് ഒരിക്കലും കൃത്യസമയത്ത് ഫീസടയ്ക്കാൻ സാധിച്ചിരുന്നില്ല. അടുത്ത ദിവസം മുഴുവൻ നിൽക്കും. മൂന്നാംദിനം പകൽ മുഴുവൻ ബഞ്ചിൽ കയറിനിന്ന് ശിക്ഷ വാങ്ങും. ആ ദിവസം വൈകുന്നേരം സ്കൂൾ വിടുന്നതിനുമുമ്പ് അമ്മ ഓടിക്കിതച്ച് ക്ലാസ്മുറിയുടെ ജനലിനപ്പുറം വന്നു നിൽക്കും. വയൽച്ചെളിപുരണ്ട കൈകൾ മരയഴികൾക്കിടയിലൂടെ കടത്തി മകനെ വിളിച്ച് പണം കൈയിൽ കൊടുക്കും. ആ നിമിഷം അവർ രണ്ടുപേരും കരയും. അമ്മ ഒന്നും മിണ്ടാതെ, കണ്ണുതുടച്ച് വയലിലേക്ക് തന്നെ പോകും. മകൻ ചളി പുരണ്ട നോട്ടുമായി ഓഫീസ് മുറിയിലേക്കോടും. എല്ലാ മാസവും ഈ കാഴ്ച തുടർന്നു. ദാരിദ്ര്യത്തിലും മകൻ നന്നായി പഠിച്ചു, നല്ല ജോലി നേടി. അമ്മയെ നന്നായി നോക്കി. ആ അമ്മയാണ് മരിച്ചത്."

തിരിച്ച് എഴുത്തുമുറിയിലെത്തി സത്യൻ ഈ സംഭവം ശ്രീനിവാസനോട് പങ്കുവെച്ചു. അതുകേട്ട് ശ്രീനി പറഞ്ഞു: "മണ്ണുദയഭാനുവിന്റെ ഭൂതകാലം കിട്ടി. ഇതാണ്, ഇതിനുവേണ്ടിയാണ് നാം ഇത്രകാലം കാത്തത്. ജനലഴികൾക്കപ്പുറത്ത് ആ അമ്മയെ എനിക്ക് കാണാൻ

സാധിക്കുന്നു. പ്രേക്ഷകർക്കും അതിന് സാധിക്കും." മലയാള സിനിമയുടെ തന്നെ ചരിത്രത്തിലെ ഏറ്റവും ഹൃദയസ്പർശിയായ ഒരു രംഗം അങ്ങനെ പിറന്നു. ജീവിതത്തിൽനിന്ന് അയാൾ കയറിവന്നു. അങ്ങനെയൊരു കാർഷിക ഓഫീസറെ സൃഷ്ടിച്ച ശ്രീനിവാസൻ ഇന്ന് കേരളത്തിലെ അറിയപ്പെടുന്ന ഒരു ജൈവകർഷകനാണ്. അത് സംവിധാനം ചെയ്ത സത്യൻ അന്തിക്കാട് സിനിമ കഴിഞ്ഞാൽ കൃഷിയിടങ്ങളിലേക്കാണ് മടങ്ങുന്നത്. സൃഷ്ടി സ്രഷ്ടാക്കൾക്ക് വഴി കാണിക്കുന്നുവോ?

അഭിനയത്തിന്റെ പാഠശാല

കാസ്റ്റിങ്ങും അതിനൊത്ത അഭിനയവും കൂടിച്ചേർന്നാണ് 'സന്ദേശം' എന്ന സിനിമ എല്ലാം തികഞ്ഞ കലാസൃഷ്ടിയായത്. 'ഗോഡ് ഫാദർ' എന്ന സിനിമയിൽ അഭിനയിക്കുന്ന അതേ അവസരത്തിലാണ് തിലകൻ രാഘവൻ നായരായും അഭിനയിച്ചത്. രണ്ടും കോഴിക്കോട്ടുതന്നെയായിരുന്ന ഷൂട്ടിങ്ങ്. അല്പം പോലും തമ്മിൽക്കലരാതെ തിലകൻ രണ്ട് കഥാപാത്രങ്ങളെയും കാത്തു. ശങ്കരാടി, ഒടുവിൽ ഉണ്ണികൃഷ്ണൻ, മാമുക്കോയ, കെ.പി.എ.സി. ലളിത, മാള, ജയറാം, സിദ്ദിഖ് എന്നിവരെല്ലാം ഏറ്റവും സൂക്ഷ്മമായി അഭിനയിച്ച സിനിമകൂടിയാണ് സന്ദേശം. പെണ്ണുകാണാൻ കോട്ടപ്പള്ളി പ്രഭാകരനെ കൊണ്ടുപോകുന്ന ഒടുവിൽ ഉണ്ണിക്കൃഷ്ണന്റെ അച്ചു എന്ന അമ്മാവൻ പ്രഭാകരൻ പ്രതിശ്രുത വധുവിനോട് വിപ്ലവത്തിന്റെ കെട്ടഴിച്ചപ്പോൾ ഒന്നും പറയാതെ മുഖംകൊണ്ട് ഒരു ഭാവം കാണിക്കുന്നുണ്ട്. ആ ഒരവസരത്തിൽ അതല്ലാതെ മറ്റൊന്നും ചെയ്യാൻ സാധിക്കില്ല. അത് ചെയ്യാൻ ഒടുവിലിന് മാത്രമേ സാധിക്കുകയുള്ളൂ. അഭിനയത്തിന്റെ സൂക്ഷ്മകല പഠിക്കുന്നവർക്ക് പാഠശാലകൂടിയാവുന്നു സന്ദേശം.

രണ്ടാംഭാഗത്തിന് രാഷ്ട്രീയക്കാർ സമ്മതിക്കണം

സന്ദേശംപോലുള്ള രൂക്ഷ ആക്ഷേപഹാസ്യ സിനിമയ്ക്ക് എന്തുകൊണ്ടാണ് രണ്ടാം ഭാഗമില്ലാത്തത് എന്ന് എത്രയോ കാലമായി മലയാളി ചോദിക്കുന്നു. ശ്രീനിവാസനും സത്യൻ അന്തിക്കാടും ഇതിന് പറയുന്ന ഉത്തരം ഒന്നുതന്നെയാണ്: അതിന് നമ്മുടെ രാഷ്ട്രീയക്കാർ സമ്മതിക്കുന്നില്ല. ഇരുപത്തഞ്ച് വർഷം മുമ്പ് എങ്ങനെയാണോ ജീവിച്ചതും ചിന്തിച്ചതും അതേപോലെതന്നെയാണ് വിപ്ലവപാർട്ടിയും അഹിംസാപാർട്ടിയും ഇന്നും ജീവിക്കുന്നതും ചിന്തിക്കുന്നതും പ്രവർത്തിക്കുന്നതും സംസാരിക്കുന്നതും. ടി.വി. ചാനലിലെ ചർച്ചകൾ മാത്രമാണ് രാഷ്ട്രീയക്കാർക്കിടയിൽ ഇരുപത്തഞ്ച് വർഷങ്ങൾക്കിടെ സംഭവിച്ച ഏക വിപ്ലവം. കോട്ടപ്പള്ളി പ്രകാശനും കോട്ടപ്പള്ളി പ്രഭാകരനും നമുക്കിടയിൽ പരിഹാസ്യമായി വർത്തിക്കുന്നു. അവർ വിചാരിച്ചാൽ മാത്രമേ 'സന്ദേശം' എന്ന സിനിമയ്ക്ക് ഒരു രണ്ടാംഭാഗം കാണാൻ മലയാളിക്ക് ഭാഗ്യമുണ്ടാകൂ.

-ശ്രീകാന്ത് കോട്ടക്കൽ

ജീവിത മുഹൂർത്തങ്ങൾ

സഹധർമ്മിണി നിമ്മിയുമൊത്ത്

വിവാഹ വേളയിൽ പി ചന്ദ്രകുമാർ, ഡൊമിനിക് പ്രസന്റേഷൻ,
സുകുമാരി, ശങ്കരാടി, ജേസി, ആനന്ദക്കുട്ടൻ,
ചൊവ്വല്ലൂർ കൃഷ്ണൻകുട്ടി എന്നിവർക്കൊപ്പം

അഖിൽ, അരുൺ, നിമ്മി,
സത്യൻ അന്തിക്കാട്, അനൂപ്

അനൂപ്, അരുൺ, അഖിൽ

അരുണിന്റെ വിവാഹവേളയിൽ

കുടുംബം ഹരിഹരനോടൊപ്പം

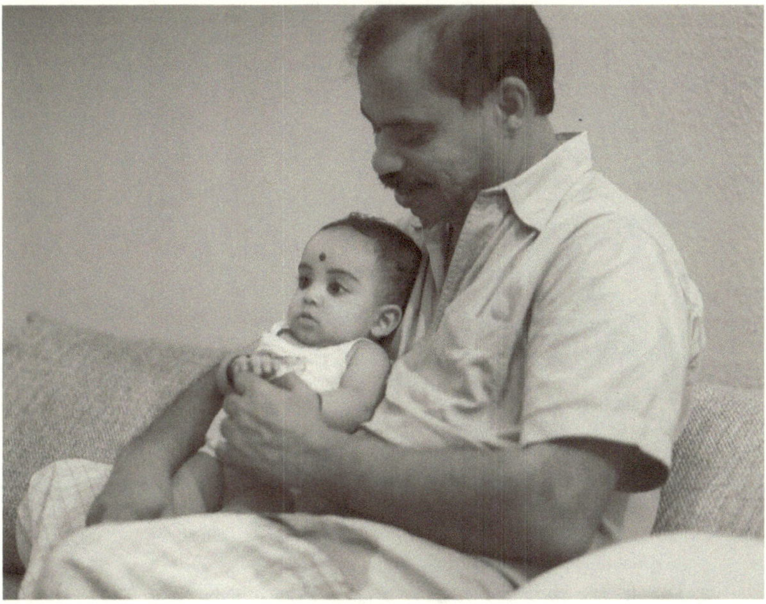

പേരക്കുട്ടി ആദിത്യനൊപ്പം

സിനിമാക്കാലങ്ങൾ

പി. ചന്ദ്രകുമാറിനുമൊപ്പം
(ഒരു പഴയകാലചിത്രം)

പ്രേം നസീർ, ജോസ് പ്രകാശ്, മോഹൻലാൽ, കൊച്ചിൻ ഹനീഫ്,
ഒടുവിൽ ഉണ്ണിക്കൃഷ്ണൻ, മോമി എന്നിവർക്കൊപ്പം
'ലാൽ അമേരിക്കയിൽ' ചിത്രീകരണ വേളയിൽ

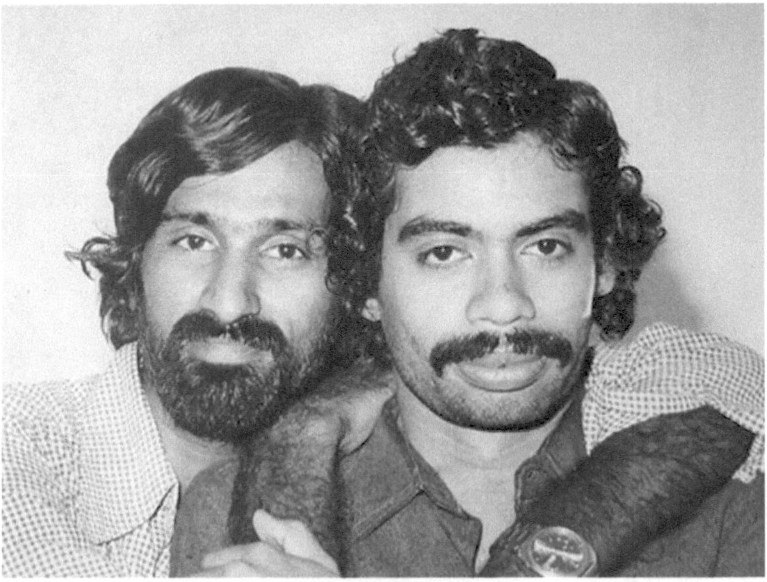

മോമിയോടൊത്തുള്ള
പഴയകാല ചിത്രം

എം ടിയോടും മധുവിനോടുമൊപ്പം

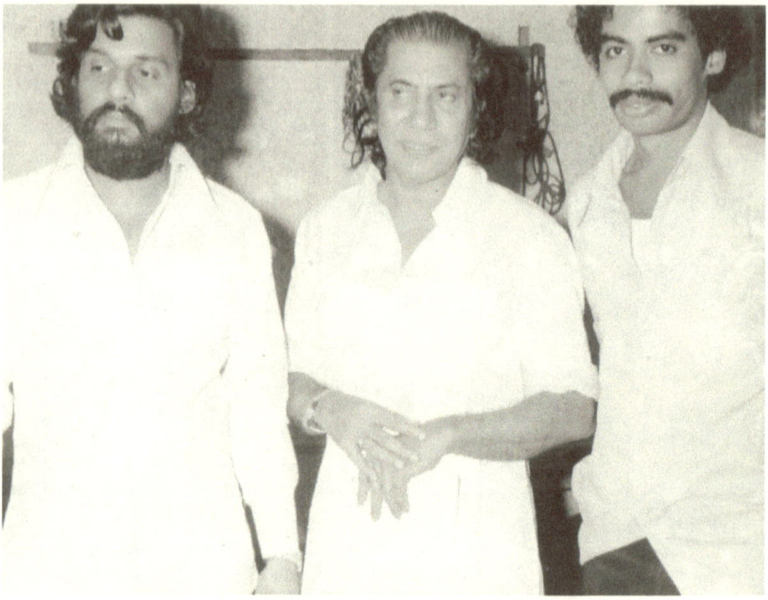

യേശുദാസിനും എ ടി ഉമ്മറിനോടുമൊപ്പം

ശ്യാമിനും പി. സുശീലക്കുമൊപ്പം

അപ്പുണ്ണിയുടെ സെറ്റിൽ വി കെ എൻ

കൊച്ചിൻ ഹനീഫ്, ശങ്കരാടി, ദക്ഷിണാമൂർത്തി എന്നിവരോടൊപ്പം

മോഹൻലാലിനും ആനന്ദക്കുട്ടനോടുമൊപ്പം

കമൽഹാസൻ, പി.വി. ഗംഗാധരൻ എന്നിവരോടൊപ്പം

മേനകയും സത്യൻ അന്തിക്കാടും

സരിതയുടെ റിക്കാർഡിംഗ് വേളയിൽ
ഡോ. ബാലകൃഷ്ണനോടൊപ്പം

ഭരത് ഗോപി, സത്യൻ അന്തിക്കാട്

പൊന്മുട്ടയിടുന്ന താറാവ് എന്ന സിനിമയുടെ
ചിത്രീകരണത്തിനിടയിൽ

സൗഹൃദ നിമിഷങ്ങളിലൂടെ - മമ്മൂട്ടിക്കും മോഹൻലാലിനുമൊപ്പം

ചിത്ര, കമുകറ പുരുഷോത്തമൻ, രവീന്ദ്രൻ എന്നിവർക്കൊപ്പം
ഒരു റെക്കോർഡിങ്ങ് വേളയിൽ

സത്യൻ അന്തിക്കാട്, സിബി മലയിൽ,
ജോൺസൺ, ലോഹിതദാസ്

കൈതപ്രം, ജോൺസൺ എന്നിവർക്കൊപ്പം
സത്യൻ അന്തിക്കാടും മക്കളും

മധുസൂദനൻ നായർ, രഘുനാഥ് പലേരി, ജോൺസൺ
തുടങ്ങിയവരോടൊപ്പം

ടി. ദാമോദരൻ, ജയറാം
എന്നിവരോടൊപ്പം

ഗിരീഷ് പുത്തഞ്ചേരി, സത്യൻ അന്തിക്കാട്,
വി.കെ. ശ്രീരാമൻ, രവീന്ദ്രൻ, മമ്മൂട്ടി

യേശുദാസ്, ഫാസിൽ, ഗിരീഷ് പുത്തഞ്ചേരി, ജോഷി,
ജെറി അമൽദേവ്, സത്യൻ അന്തിക്കാട്

ഹരിഹരൻ, രാജൻ ബാലകൃഷ്ണൻ,
സത്യൻ അന്തിക്കാട്

കമൽ, ശ്രീനിവാസൻ, ലോഹിതദാസ്,
സത്യൻ അന്തിക്കാട്

ബ്ലെസിയുമൊത്ത് സത്യൻ അന്തിക്കാട്

കുഞ്ഞുണ്ണി മാഷ്, എം.ടി. എന്നിവർക്കൊപ്പം

സി വി ബാലകൃഷ്ണനോടൊപ്പം

വേണുഗോപാൽ, മുല്ലനേഴി, ജോൺസൺ,
സത്യൻ അന്തിക്കാട്, ശ്രീനിവാസൻ

ക്യാമറാമാൻ വേണുവിനൊപ്പം

ശ്യാം ബെനഗിലിനൊപ്പം

മണിരത്നത്തിനൊപ്പം

ഗാന്ധി സിനിമയുടെ സംവിധായകൻ
റിച്ചാർഡ് ആറ്റൻബറോയ്ക്കൊപ്പം

ബെൻ കിങ്സ്‌ലിക്കൊപ്പം

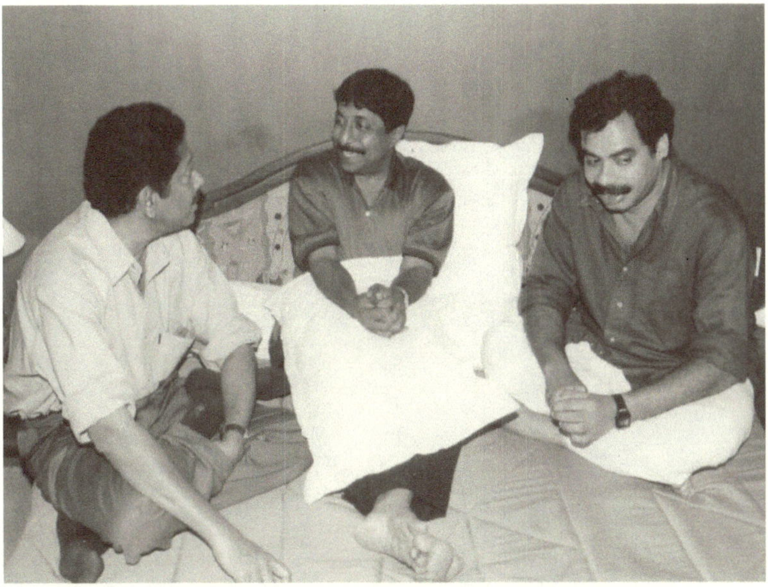

ഫാസിൽ, ശ്രീനിവാസൻ, സത്യൻ അന്തിക്കാട്

ദുൽഖർ സൽമാൻ, മുകേഷ്,
ഇന്നസെന്റ്, സത്യൻ അന്തിക്കാട്

ഒ.എൻ.വി. കുറുപ്പ്, കാവാലം നാരായണപ്പണിക്കർ,
ബാലകൃഷ്ണൻ എന്നിവർക്കൊപ്പം

ദേശീയ ഫിലിം അവാർഡ് മുൻ രാഷ്ട്രപതി
കെ.ആർ. നാരായണനിൽ നിന്നും സ്വീകരിക്കുന്നു